कळाकभिन्न

स्वाती चांदोरकर

मेहता पब्लिशिंग हाऊस

Please contact us at Pune 411030.
✆ +91 020-24476924 / 24460313
Email : production@mehtapublishinghouse.com
Website : www.mehtapublishinghouse.com

KALAKABHINNA by SWATI CHANDORKAR

काळाकभिन्न : स्वाती चांदोरकर / कथासंग्रह

Email : author@mehtapublishinghouse.com

प्रकाशक : सुनील अनिल मेहता, मेहता पब्लिशिंग हाऊस,
१९४१ सदाशिव पेठ, माडीवाले कॉलनी, पुणे – ३०.

अक्षरजुळणी : वैशाली पांडे, ४१/३१६, लक्ष्मीनगर, पुणे - ४११ ००९.

मुद्रक : स्पेक्ट्रम ऑफसेट, डी-२/४, सत्यम इस्टेट,
सीडीएसएसच्या मागे, एरंडवणे, पुणे – ४११००४.

मुखपृष्ठ : चंद्रमोहन कुलकर्णी

प्रकाशनकाल : मे, २००८ / पुनर्मुद्रण : ऑक्टोबर, २०१७

किंमत : ₹ १८०

P Book ISBN 9788177669770
E Book ISBN 9789387319332
E Books available on : play.google.com/store/books
www.amazon.in

अनुक्रमणिका

हरवले आहेत

"नेत्रा, ए नेत्रा..."

"आले, आले..."

"नेत्रा, आत्ताच काकूचा फोन आला होता."

"काकू? कुठल्या, कोण काकू?"

"अगं, असं काय करतेस? किशाकाका? आठवतो?"

"अं..."

"आपल्या लग्नात सर्वांना पेढे वाटण्यासाठी हॉलच्या दारात उभा होता... माझा चुलतकाका?"

"आठवलं... हां... हां... किशाकाका आणि काकू - डोंबिवलीला रहाणारे."

"बरोबर!"

"काय झालं काकूंना?"

"तिला काही झालं नाहीये, पण किशाकाका काल संध्याकाळपासून बेपत्ता आहे."

"काय सांगताय?"

"हो ना! काकूचा रडवेला आवाज ऐकून अगदी घाबरलोय मी."

"पण ते गेले तरी कुठे?"

सर्वसामान्यपणे असे विचित्र किंवा मूर्खासारखे प्रश्न अगदी अनवधानाने विचारले जातातच.

"अगं, ते जर माहीत असतं तर 'काका बेपत्ता आहे' असं म्हणता आलं असतं का?"

"मग आता?"

"मी निघतोच लगेच. डोंबिवलीला जायला हवं."

"हो, मीही येते. तेवढीच काकूंना सोबत होईल."

कुलाबा ते डोंबिवली. दोन-अडीच तासांचा प्रवास. पुण्याला जाणं सोपं. पण डोंबिवली!

प्रवासात सतत किशाकाका दिसत होता. आडदांड, झुपकेदार मिशा, घारे डोळे आणि गोरा गोरा. व्यायाम करायचा तेव्हा लालेलाल होऊन जायचा. काकू नाजूक, सुरेख. किशाकाकापुढे अगदीच छोटी वाटायची. पण दोघं एकत्र बाहेर पडायची तेव्हा आई म्हणायची, "अगदी लक्ष्मी-नारायणाचा जोडा दिसतोय हो!"

किशाकाकाच्या अंगाखांद्यावर वाढलो आम्ही भावंडं. हा माझा चुलत काका पण माया लावली ती सख्ख्या नात्यापेक्षा जास्त; पण जसजसे मोठे होत गेलो आम्ही तशी ही मायेची साय विरघळत गेली. म्हणजे माया होती पण आम्हाला आमचं वेगळं विश्व मिळत गेलं. कॉलेज, मित्रमैत्रिणी. पुढे नोकरी आणि मग भेटली ती नेत्रा! ओळख होऊन, मनं जुळून नुकतेच विवाहबद्ध झालोत. या सर्व गदारोळात किशाकाका दूर कधी गेला हे कळलंच नाही.

काकूला समोर बघितलं आणि तिला धीर देण्याऐवजी मीच रडायला लागलो.

"अरे, बस बरं..."

"काय झालं हे काकू? कुठे आहे काका?"

"काल संध्याकाळी बाहेर पडले फिरायला. अगदी रोजच्या सारखेच. तासाभराचा तरी रोजचा नेमाने फेरफटका असतो. तास झाला, दीड तास झाला, करता करता रात्रीचे दहा वाजले पण हे आले नाहीत. मग मात्र जरा काळजी वाटायला लागली. मग चपलेत पाय सरकवले. कुलुप-चावी घेतली आणि पडले बाहेर ह्यांना शोधायला. मंदिरं बघितली, हीच आपली रामाची आणि हनुमानाची. दोन दोन आहेत नाक्यावर. बाग शोधली. रात्री दहाला कशाला उघडी मिळणार! मग गेले करमरकरांकडे. वाटलं त्यांना माहीत असेल, पण नाही. करमरकरांचा शंतनु बाहेर पडला मग ह्यांना शोधायला. ते सांगत होते मला तिथेच थांबायला. पण मला चैन पडेना. घरी आले असतील तर? चावी कुठे होती त्यांच्याजवळ? मी आले घरी. पण नव्हते आलेले हे. शंतनु रात्री सर्व हॉस्पिटल्स बघून आला. नाहीच. शेवटी आज तुला फोन केला. सांग बाबा, काय करायचं?"

"पोलिसांत तक्रार नोंदवूया?"

"एकदम पोलीस कशाला?"

"काकू, काल काही भांडण वगैरे झालं होतं का?"

"अगं, या वयात कसली आल्येत भांडणं? हां जरा नाराज होते. वाट बघत होते केदारच्या पत्राची, फोनची. तो कॉम्प्युटर पण शिकून घेतलाय, त्याला ई-मेल करता यावं म्हणून."

"काका कॉम्प्युटर शिकले?"

"होऽऽ, जात होते क्लासला..."

"अरे वा!"

"काय करणार गं मग? केदारला, त्याच्या मुलां-बायकोला बघावंसं वाटतं, छान गप्पा माराव्याशा वाटतात. मला तर ते यंत्र नाहीच जमत पण हे दाखवतात त्यांचे फोटो. पंधरा दिवसांत एकदा तरी सरळ सरळ बोलतात."

"त्या दोघांचं म्हणजे केदारचं आणि काकांचं तर काही बिनसलं नव्हतं ना?"

"नाही रे. उलट त्याचा फोन, पत्रं, ई-मेल दहा दिवस झाले तरी आलं नाही म्हणून नाराज होते गेले दहा दिवस. रोज उठल्या उठल्या पहिलं काम काय तर तो कॉम्प्युटर सुरू करायचा. पत्रं दिसतंय का शोधत रहायचं. नाही दिसलं तर स्वत:ने पाठवत रहायचं. चहाची आठवण नाही की फराळाची आठवण नाही."

"स्वाभाविक आहे ग तसं होणं..."

"फक्त त्यांनाच? मला कॉम्प्युटर येत नाही म्हणजे मला काहीच वाटत नाही की काय?"

"तसं नव्हे ग! पण तू केदारला फोन वगैरे नाही ना केलास? काका कुठे तरी गेलाय न सांगताच हे कळलं त्याला तर बिच्चारा तिथे काळजी करत राहील."

"नाही लावला त्याला फोन. काळजी करत राहील आणि इथे यायची इच्छा झाली तरी लगेचच येऊही शकणार नाही. पण काय करावं आता?"

"मला काकाचा आत्ताचा एखादा फोटो दे. मी बघतो काय करायचं ते."

काकाला बेपत्ता व्हायला तसं वरवर तरी कारण असं काही दिसत नव्हतं. काकूने दिलेला फोटो मी घेतला आणि निघालो.

"थांब रे बाळ, कधीचा निघालास. काही खाल्लं वगैरे आहेस का?"

"हो... हो..."

"अरे थांब. घराबाहेर पडताना खाण्याचं नाव घेतलं की काही तरी खाऊन जावं. साखर घाल तोंडात आणि थांब हं..."

"शिवाऽऽ ए शिवाऽऽ"

"आलो काकू..."

"शिवा, हा माझा पुतण्या नरेश, त्याच्या सोबतीला जातोस?"

"हो. जातो की."

"कशाला काकू?"

"असू दे. एकाला दोन असावीत. तुला डोंबिवली कुठे माहीत आहे. हा फिरवेल तुला."

चक्क एक रिक्षा दिवसभरासाठी भाड्याने घेतली. डोंबिवली पिंजून काढली.

हॉस्पिटल्स, मंदिरं, बागा काही म्हणता काही सोडलं नाही तपासायचं. पोलीस स्टेशनवर जाऊन 'हरवले आहेत...' तक्रार नोंदवली. दमूनभागून काकूच्या घरी परतलो, दिवसभराचा अहवाल दिला. नेत्राने काकूला जबरदस्ती करून जेवायला भाग पाडलं होतं. रात्रीचे नऊ वाजत आले. आम्हाला निघणं भाग होतं.

"काकू, तू इथे एकटी राहू नकोस. आमच्याबरोबर चल."

"नको रे, हे आले तर? 'घराला कुलुप' ह्यांनी आयुष्यभरात कधी बघितलं नाहीये."

"शेजारी निरोप ठेवू."

"नको."

"तुम्हाला असं एकटं सोडून आम्हाला जाववेल का?"

"रहा इथेच असं अगदी मनापासून म्हणावंसं वाटतंय. पण तुम्हाला तुमची कामं असतील. शिवाय नुकतंच लग्न झालंय तुमचं. मी काही 'रहा' असं म्हणायची नाही."

"आईबाबांना घेतो बोलावून. ते राहतील इथे तुझ्यासोबत."

"पण त्यांना कळवल्यावर इथे येईस्तो दोन दिवस जातील. तोपर्यंत काकू एकट्याच?"

"काही काळजी करू नका माझी. येतीलही हे उद्यापर्यंत! आणि शेजार अगदी चांगला आहे हो. नको कळवूस कुणाला एवढ्यात. नागपूरहून इथं यायचं म्हणजे केवढी धावपळ होईल भाऊजींची?"

"मग..."

"निघा तुम्ही. फोन मात्र करत रहा हो. मी इथे वाट बघेन फोनची आणि तुझ्या काकांची."

कसेबसे आम्ही निघालो. मोठ्या धीराने काकूने आम्हाला निरोप दिला. शेजारी-पाजारी सर्वांना सूचना देऊन ठेवल्या आणि काळजीतच डोंबिवली सोडली.

दररोज सकाळ-संध्याकाळ फोन होत होते, काकूकडे आणि पोलीस स्टेशनवरही. किशाकाकाचा पत्ता लागत नव्हता. एक दिवसाआड डोंबिवलीची खेप होत होती. कोण काही सांगत होतं, कुणी काही. काकू प्रत्येकाचं ऐकत होती. देवाला नवस बोलत होती. या वयात उपास करत होती.

"काकू, असं उपाशी राहू नका. त्याने अशक्तपणा येईल."

"काय करू असं जगून?"

"असं का म्हणता? नरेश प्रयत्न करतोय ना काकांना शोधण्याचा? काही ना काही माहिती मिळेलच."

"पण केव्हा गं? पंधरा दिवस झाले. काहीही बातमी मिळत नाहीये."

"असं हतबल होऊन नाही चालणार. शोध चालू आहे."

उपाय सुचत नव्हता आणि काकूला सावरायला आता कठीण पडत होतं. मी नाईलाजाने आई-बाबांना किशाकाका हरवल्याची बातमी कळवली आणि बोलावून घेतलं.

आई-बाबा आल्यावर पुन्हा सर्व चर्चा झाली. दोघंही आमच्यावरच चिडले. लगेचच का नाही कळवलं? असं म्हणून आम्हाला फैलावर घेत राहिले. शेवटी काकूने त्यांची समजूत घातली. तिचाच तसा न कळवण्याबद्दलचा अट्टाहास होता, हे सांगितलं. आई-बाबा तिथेच राहिले, आम्ही घरी परतलो.

"नेत्रा... नेत्रा..."

"काही बोलू नकोस."

"अगं पण."

"गेले पंधरा-वीस दिवस डोंबिवलीच्या खेपा घालतो आहोत आपण. शनिवार-रविवार तर तिथेच राह्यलो. त्या छोट्याशा– एवढ्याशा– खोलीत. कॉमन संडास, शीऽऽ! तरी राहिलो. पाण्यासारखा पैसा खर्च करतोय. पेपरमध्ये जाहिरातही दिली. 'हरवले आहेत.. नाव... उंची... वर्ण... कुणाला आढळल्यास खालील पत्त्यावर संपर्क साधावा. योग्य इनाम दिलं जाईल' आणि एवढं सर्व करून आई-बाबांनी आपल्यालाच रागवावं? हे एवढं सर्व व्हावं, काका हरवावेत अशी आपली इच्छा होती का?"

"नेत्रा... शांत हो. तसं आपलं पण चुकलंच. आपण लगेचच नागपूरला कळवायला हवं होतं."

"नाही कळवलं. काकू तसं म्हणाल्या म्हणून. आणि आपल्यालाही आशा होतीच की, 'जाणार कुठे काका?' येतीलच किंवा सापडतीलच. हो ना?"

"हो."

"मग उगीचच त्यांची धावपळ नको म्हणून कळवलं नाही त्यांना. त्यांचा विचार करून..."

"हो.. हो.. पण अगं रागात माणूस काहीही बोलून जातो. आणि बाबा जे काही बोलले त्यात किशाकाकाबद्दलची चिंताही होतीच. तू राग धरू नकोस. आपण समजून घ्यायला हवं त्यांना."

"तू घे समजून. मला मात्र नाही समजता येत."

"नेत्रा..."

"जेवणार आहेस?"

''दोघंही जेवूया. नाहीतर चल ना. बाहेरच जाऊ जेवायला आज. कित्येक दिवसांत असं मोकळेपणाने हिंडलो-फिरलो नाही आहोत.''

आणि खरंच खूप मोकळं वाटलं. गेले पंधरा-वीस दिवस सतत होणारी दगदग, धावपळ, नैराश्य कुठल्या कुठे पळून गेलं. जाणूनबुजून मोबाईल्स् घरीच ठेवले. या मोबाईल्समुळे सोयी तर खूप झाल्यात पण स्वातंत्र्य हरवलंय. आज ते स्वातंत्र्य काही काळापुरतं तरी का होईना पण पुन्हा गवसलं. नेत्रा मोकळ्या आणि शांत, थंड हवेने सुखावली, वृत्ती बहरल्या. कोमेजलेल्या भावना ताज्यातवान्या झाल्या. मस्त नरिमन पॉईंटच्या या टोकापासून त्या टोकापर्यंत हिंडलो. 'कामत'मध्ये जेवलो आणि हळुवार, शांत ड्राईव्ह करत घर गाठलं. बऱ्याच दिवसांनंतर, नाही – रात्रींनंतर आजची रात्र रंगणार होती.

दोन दिवस अगदी झकासच घालवायचे! शनिवार-रविवारचा कार्यक्रम ठरला. छोटंसं आऊटिंग. आई-बाबांना भेटायचं आणि पुढे जायचं. सर्व तयारी करून सकाळी साडेसहाला घर सोडलं. डोंबिवली ट्रेन परवडली असं म्हणत म्हणत रस्त्यावरचे खड्डे निवडत निवडत म्हणजे जो खड्डा प्रिय वाटला त्या खड्ड्यातूनच गाडी नेली, जो आवडला नाही त्याला साईडला टाकला, असं करत काकूकडे पोहोचलो. किशाकाका आता परतून येतो की नाही, हा विषय तसा जुना होत चालला होता. आम्ही त्याचं हरवणं मान्य केलं होतं. पण ज्याक्षणी काकूच्या दारात पाऊल ठेवलं त्याक्षणी जाणवलं की ते घर आजही त्याच क्षणाशी थांबलेलं आहे. काकूकरता आजही तोच दिवस चालू आहे.

खरंच, मला क्षणभर माझी लाज वाटली. काकूकडे बघितलं आणि आऊटिंगचा कार्यक्रम सरळ रद्द करून टाकावा असं वाटायला लागलं.

''कसे आहात आई-बाबा?''

''ठीकच.''

''काही फोन, काही कुठून माहिती किशाकाकाची?''

''कळली असती तर तुला लगेच फोन नसता का केला?''

''हो... तेही खरंच.''

''निघालात तुम्ही? कुठे जायचा प्लॅन आहे?''

''हो... आम्ही जरा दोन दिवसांसाठी जाऊन येतोय. काय आहे ना आई, संपूर्ण आठवडा नुसता कामात जातो. घरचं काम, ऑफिसचं काम. नरेशच्या कामाचं काही शेड्यूलच नसतं. कितीही वाजतात त्याला घरी यायला. हे दोन दिवसच जरा आमचे आम्हाला मिळतात. मलाही हल्ली खूपच कामाचा ताण पडतोय. रिलॅक्स व्हायलाच हवंय.''

"बरोबर आहे तुमचं. तुम्ही उद्या रात्रीला याल ना परतताना?"

"प्रयत्न करतो. पण जर नाही जमलं तर फोन करेन. सोमवारी पुन्हा लवकर जायचंय ऑफिसला."

"आम्हाला आता परतायला हवं नागपूरला."

"कधी जायचंय?"

"शक्यतो पुढच्या आठवड्यात."

"तुम्ही घरी नाही येणार, आई?"

"नाही जमायचं, नेत्रा."

"दोन दिवसांसाठी तरी या."

"या खेपेला नको. इथे ज्या कारणासाठी आलो आहोत, तर जेवढे दिवस शक्य आहे रहाता येणं तेवढे दिवस इथंच रहावं असं वाटतंय. तेवढीच तुझ्या काकूला सोबत. पुढे आहेतच प्रत्येकाला आपापले उद्योग. शेवटी तिनेच धीर धरायला हवा आणि खंबीरही व्हायला हवं."

"काकूला सांगितलं आहेस तुमच्या जाण्याबद्दल?"

"नाईलाजच आहे. सांगावं लागलंच."

"मी तिकिटं काढेन."

"नको, मी सांगितलंय शिवाला. आम्ही ठाण्याला गाडीत बसू."

"कधीची सांगितली आहेत तिकिटं?"

"पुढल्या आठवड्यात ज्या दिवसाची मिळतील त्या दिवसाची."

"मग पुढे काय करायचं?"

"मला वाटतं आता केदारने इथं यायला हवं."

"बाबा, असं मधूनच येता येणं त्याला शक्य होईल का?"

"आणि इथे येऊन असं काय करणार आहे तो वेगळं?"

चर्चा वाढत चालली होती. आम्हाला निघायला उशीर होत होता. नेत्रा जमेल तसं– तेव्हा खुणावत होती. लवकर बाहेर पडायला हवं हे सुचवत होती आणि मला हलता येत नव्हतं. बाबा अचानक नागपूरला परतायचं ठरवतील ह्याची मला सुतराम कल्पना नव्हती. एक स्वार्थी मन असंही म्हणत होतं, 'आत्ता उगीच आलो इथे. उद्या संध्याकाळी यायला हवं होतं म्हणजे ट्रीप छान झाली असती आणि इथे निवांत बसून सर्व ठरवताही आलं असतं.'

खरंच कुठे गेला असेल किशाकाका? कुठे शोधायचं त्याला? आणि मुळात का गेला तो असा? 'हरवले आहेत...' ही बातमी मला नेहमीच बुचकळ्यात पाडत आलीय. माणसं खरंच हरवतात की हरवून घेतात? मोठी माणसं कशी काय हरवतील? जर डोक्यावर परिणाम वगैरे झाला असेल तर अशांचं हरवणं समजू

शकतो. पण जी ठीकठाक आहेत, विचारांनी अगदी नॉर्मल आहेत, अशी माणसं हरवतात? हरवायला ती काय पेन, चाव्या, रुमाल आहेत? ही माणसं हरवून घेतात; जसं किशाकाकाने केलंय.

'हरवले आहेत?' आणि 'ह्यांचे पालक कोण?' या दोन्ही बातम्या मला अगदी अस्वस्थ करून जातात.

"अरे, बोल काही तरी."

"मी काय बोलणार? घ्या केदारला बोलावून."

"वहिनी, तुझं काय मत आहे?"

"मला कुठे काय कळतंय का? महिना सरत आला ह्यांचा पत्ता नाही. केदारचे सतत फोन येत आहेत. पण त्याची नोकरी नवीन आहे. जाणारे गेले असे सरळ बिनबोभाट निघून. त्यांना माझी काळजी नाही वाटली. आमचं सर्व सरतच आलंय. केदारची आत्ताशी सुरुवात आहे. त्याला आयुष्य आखायचं आहे. अशा परिस्थितीत मला तो यायला हवायही आणि नकोही..."

कुठल्याच निर्णयापर्यंत कुणीच पोहोचत नव्हतं. दीड-दोन तास असेच गेले. नेत्रा चिडीचूप कोपऱ्यात बसून राहिली होती. बोलत तर नव्हतीच पण खाणाखुणाही थांबवल्या होत्या तिने... त्रयस्थासारखी!

मला तिचा हिरमोड कळत होता. तसा तो माझाही झालाच होता. आऊटिंग न बोलताच, न एकमेकांना सांगताच रद्द झाल्यातच जमा होतं.

जाणिवेने आई उठली आणि स्वयंपाकाला लागली.

ताणावलेल्या वातावरणातच जेवणं झाली.

आहे तशीच परिस्थिती. शेवटी आम्ही निघालो. काही लागलं-सवरलं तर फोन करायला सांगितलं आणि घर गाठलं.

अपेक्षित 'अबोला' सुरू झाला होताच. कोंडी मला फोडता येत नव्हती. जेवढ्यास तेवढी उत्तरं मिळत होती.

नेत्राची चूक नाही असं वाटत असतानाच एकीकडे वाटत होतं हिने का नाही मला समजून घ्यावं? मला होत नाही का इच्छा बाहेर जायची? आम्ही दोघंच असावं, झकास वातावरण, निसर्ग, रम्य शांतता... पण नाही जमत आहे सध्या तसं कुठे जायला!

"नेत्रा, बोल काहीतरी. किती दिवस असे अबोल्यात घालवायचे?"

"काय बोलू?"

"काही पण... हवं तर भांड माझ्याशी."

"त्याने काय होणार?"

"भांडणामुळे मनातली नाराजी शब्दांवाटे बाहेर पडेल. तुला मोकळं वाटेल."

"आणि पुढे?"

"पुढे पुन्हा तुझा मूड मस्त होईल."

"आणि मस्त झालेला मूड पुन्हा तुझा किशाकाका बिघडवेल."

"नेत्रा..."

"ओरडू नकोस उगीचच."

"मग मी काय करावं असं तुला वाटतंय?"

"काही नको. खेपा घालत रहा रोजच्या डोंबिवलीपर्यंत!"

आई-बाबा नाहीच आले घरी. ठाण्याहूनच त्यांनी गाडी पकडली. मला, नेत्राला शंभर सूचना देऊन झाल्या. काकूचा पदर सतत डोळ्यांना लागलेला होता.

आई-बाबा गेले आणि पुन्हा प्रश्न उभा राहिला, काकूचं काय करायचं?

आम्ही तिला धीर देणार तर तीच आम्हाला सांगत होती,

"तुम्ही माझी काळजी करू नका. मला एकटीला रहाण्याची सवय करून घ्यायला हवी आता. तसा माझा भाऊ आहे ना रवी, त्याचा मुलगा येईल काही दिवस. पण खरं सांगू तर कुणीही धावपळ करण्याची गरज नाही. मी राहीन व्यवस्थित. तुम्ही दोघंही निश्चिंत रहा."

जड मनाने मी डोंबिवली सोडली. नेत्राच्या डोळ्यांत थोडं हसू दिसलं आणि मन अजूनच जड – खिन्न झालं.

दिवस सरत होते. आता किशाकाका कधीच परतून येणार नाही, हे आम्ही सर्वांनी मान्य केलं होतं; पण माझ्या डोंबिवलीच्या खेपा दोन-तीन दिवसाआड चालूच होत्या. नेत्राने मात्र किशाकाका हा विषयच बंद करून टाकला होता. मला मात्र माझं कर्तव्य करणं भाग होतं. काकूला मानसिक आणि आर्थिक मदत करणं आवश्यक होतं.

डोंबिवलीहून घरी परतायला रात्रीचे साडेबारा वाजले. लॅच कीने दार उघडून मी घरात आलो आणि अगदी हळुवारपणे दार बंद केलं. नेत्राची झोपमोड होऊ नये म्हणून दिवेही लावले नाहीत. फ्रेश होण्यासाठी स्नान करणं अगदी अत्यावश्यक होतं. ट्रेनच्या लोखंडी रॉडचा एक पर्टिक्युलर वास सतत जाणवत होता. त्या रॉडला कितीजणांचा कसा कसा स्पर्श झालेला असणार! दबक्या पावलांनी बाथरूमकडे जात होतो आणि अचानक दिवे लागले.

"नेत्रा, तू अजून जागी आहेस? तुझी झोपमोड होऊ नये म्हणून मी..."

"झोपमोड होण्यासाठी झोप मुळात लागायला हवी ना?"

"झोपलीच नाहीस?"

"त्याच्याशी तुला काय करायचं आहे?"

"असं का म्हणतेस?"

"मग काय म्हणू?"

"तू शांत हो. मीही खूप थकून आलोय. जरा फ्रेश होतो. मग बोलूच आपण."

"वेगळं काय बोलणार?"

"आलोच."

मी स्नान करून येईपर्यंत नेत्रा थांबली होती. कुठल्याही क्षणी आता तिचा स्फोट होईल असं तिच्याकडे बघून वाटत होतं.

"जेवलीस?"

"तू जेवलास?"

"जेवलो असं नाही पण खाणं झालं होतं काकूकडे."

"काय खाणं होणार? चहा आणि बिस्किटं. हो ना!"

"ती रात्रीचं जेवत नाही. त्यामुळे स्वयंपाक काही करण्याचा प्रश्नच येत नाही."

"पुतण्या एवढ्या रात्रीचा उपाशीपोटी जाणार म्हणून काहीतरी त्याच्या पोटात घालावं एवढंही काकूला..."

"पुरे... कुठलं मंगलकार्य चालू नाहीये तिथे, की तिने माझी विचारपूस करावी."

"नरेश, आता एकदा ह्या सर्व गोष्टींवर एकदमच काय तो निर्णय घेणं आवश्यक आहे."

"काय करायचं म्हणजे?"

"तुला तर किशाकाकाने अक्षरश: पछाडल्यासारखं केलंय."

"नेत्रा..."

"बोलू दे मला. आजचा आपला काही कार्यक्रम ठरला होता. आठवतंय?"

"ओ... माय गॉड... नेत्रा..."

"स्पष्टीकरण नकोय, नरेश..."

"काकूचा अगदी अनपेक्षितपणे फोन आला. पोलीस स्टेशनवर भेटायला बोलावलं आहे, असं म्हणाली. जावंच लागलं मग. पोलीस स्टेशनवर गेलो तर तिथे अर्धा तास नुसतं बसून रहावं लागलं. इन्स्पेक्टर बिझी होता. शेवटी त्याने मला बोलावून घेतलं. किशाकाका हरवल्याची जी बातमी दिली होती पेपरात त्याला उत्तर आलं होतं. जळगावहून कुणी शहा माणसाने पोलीस स्टेशनवर पत्र पाठवलं होतं. ते त्यांनी माझ्या हवाली केलं. पत्र वाचलं आणि मी हैराण झालो. त्या पत्रातला मजकूर असा होता की 'वर्णन आणि फोटो'वरून किशाकाका जळगावच्या कुठल्याशा हॉस्पिटलमध्ये आहे."

"काय?"

"हो... हे बघ पत्र... वाच."

नेत्राने भराभरा पत्र वाचलं. मग माझ्याकडे एकटक बघत राहिली. मला काय बोलावं हे समजेना. शेवटी तिनेच सुरुवात केली.

"काय म्हणणं आहे तुझं?"

"तुला काय वाटतंय?"

"ह्या पत्रावरून इतकंच समजतंय की साधारण किशाकाकाशी वर्णन जुळणारी अशी एक व्यक्ती तिथल्या हॉस्पिटलमध्ये आहे. कुणी व्यक्ती आहे, किशाकाकाच आहे, असं नाही."

"हो... पण असूही शकतो किशाकाका."

"काय म्हणायचं आहे तुला?"

"जायला हवं जळगावला."

"काहीतरीच काय!"

"काकूला आशा वाटतेय. मी नाही जायचं म्हटलं तर ती स्वतः जाईल. या वयात तिनं एकटीनं एवढ्या दूरचा प्रवास करावा हे योग्य होणार नाही. आणि ज्या आशेने ती जायचंच म्हणते, तिथे गेल्यानंतर ही आशा फोल ठरली तर तिला स्वतःला सावरताही येणार नाही. मलाच जायला हवं. आपण जाऊया... चालेल?"

"वाजलेत किती रे आत्ता?"

"दीड वाजून गेलाय. का गं?"

"माझा वाढदिवस संपलाय."

मी खजील झालो. आजचा बेत आठवला. एखादा मस्तपैकी सिनेमा आणि डिनर! हे तर मी विसरलोच होतो; पण साधं गिफ्ट किंवा बुकेही आणला नव्हता. सकाळी ऑफिसला जाताना घाईघाईत नुसतंच विश करून बाहेर पडलो होतो.

"नेत्रा... आय ॲम रिअली सॉरी! पण..."

"जेव्हा माझ्या प्रेमात होतास तेव्हा आदल्या रात्री बारापासून ते दुसऱ्या रात्री बारापर्यंत वाढदिवस साजरा करत होतास माझा. तेव्हा चोरून चोरून फोन, भेटवस्तू, पार्टी! सर्व मॅनेज करताना किती त्रास व्हायचा! लग्नानंतरचा हा माझा पहिला वाढदिवस आणि तो पण शनिवारी आलेला. दुसऱ्या दिवशी ऑफिसला जायचं टेन्शन नाही. मस्त मजेत संध्याकाळ, रात्र घालवायची! मला मान्य आहे किशाकाकाचं हरवणं किंवा बेपत्ता होणं हे तुला त्रास देतंय, काळजी करायला लावतंय, पण माझं काय? मी माझ्या आयुष्यातले हे आनंदाचे क्षण वाट बघण्यात आणि चिडचिड करण्यात का घालवायचे? डोंबिवलीला उद्या गेला असतास तर काय फरक पडणार होता? आणि ज्याला परतून यायचंच नाहीये अशा माणसाला

शोधण्यात काय हाशिल? गेले अडीच महिने तुझ्या किशाकाकाने विस्कळीत करून टाकलेत. गेल्या अडीच महिन्यांत किती काळ तू माझ्याबरोबर होतास? केदार काय करतोय? नुसत्या फोनवरनं चौकशा? त्याला त्याच्या आईची काळजी नाही? त्याला रजा मिळत नाही, ही एवढी कौतुकाची बाब होऊन बसलीय. आम्ही मोकळेच आहोत, कितीही रजा घेऊ शकतो, असं गृहीत धरलं जातंय. मला नाही हे सहन होत. तुला जायचं तर तू जा जळगावला. मी येणार नाही.''

''नेत्रा...''

''बास... मला झोप आलीय. मी झोपायला जातेय. तू तुला जे हवं ते कर.''

बेडरूमचं दार धाडकन आपटल्याचा आवाज आला. मी रात्रभर हॉलमधल्या सोफ्यावर बसून विचार करत राहिलो. नेत्रा अशी नव्हती. ती समंजस होती. एकत्र कुटुंबात वाढलेली. त्यामुळे 'तडजोड' करावी लागते याचं ज्ञान असणारी. ही इतकी बदलली कशी? की आयुष्य जे तडजोड करत तिने आत्तापर्यंत घालवलं त्यानंतर निदान लग्न झाल्यावर तरी स्वतंत्र, मनासारखं आयुष्य व्यतीत करायला ती आसुसलेली होती. म्हणूनच आता तिला तडजोड नकोच आहे.

मी काय करावं? काकू इथे रहायला यायला तयार नाहीत. सुरुवातीसुरुवातीला नेत्राने आपणहून दिलेली साथ बघून धन्य वाटत होतं. पण ते तात्पुरतं होतं. तिला आता सौख्य हवंय. मी हवा आहे. किशाकाकाऐवजी जर तिच्या माहेरचं कुणी माणूस बेपत्ता झालं असतं तर ही अशीच वागली असती? मी कसा वागलो असतो? आत्ता नेत्रा वागते तसा?

माणसांनी असं हरवू नये. सरळ सरळ सांगून सोक्षमोक्ष करून बाहेर पडावं. म्हणजे मागे राहणाऱ्यांना शोधाशोध करावी लागणार नाही.

'जळगाव' रिझर्वेशन न करता प्रवास करायचा म्हणजे अगदी हद्दच! पण नाईलाजच होता. हॉस्पिटलमध्ये जर किशाकाकाच असेल तर नक्कीच किशाकाका अडचणीत असणार. त्याच्याजवळ पैसे नसणारच. शिवाय तो कशामुळे आजारी आहे हे बघावं लागेल. तो जळगावपर्यंत पोहोचला कसा? हेही तपासावं लागेल आणि त्याला व्यवस्थितपणे घरीही घेऊन यावं लागेल. जर मी लगेचच निघालो नाही आणि ती किशाकाकासारखी व्यक्ती किंवा किशाकाकाच जर हॉस्पिटलमधून डिस्चार्ज झाला तर पुन्हा मनाला रूखरूख. नाही... ही एक हाताशी आलेली आशा सोडून चालणार नाही. नेत्राचा वाढदिवस दर वर्षी येणार आहे. तो तेव्हा मस्तपैकी सेलिब्रेट करूच... आता मात्र जायलाच हवं.

जळगावला पोचेपर्यंत वेळच वेळ होता म्हणून विचारच विचार होते. नेत्राला माझा नाईलाज समजत नव्हता आणि तिचा विरोध मला पटत नव्हता. माझं हे असं

बिनबुडाचं जळगावला जाणं तिला मान्य नव्हतं. तिला हे का नव्हतं समजत की मीही अगदी स्वखुशीने हा प्रवास करणार नव्हतो. करत नाहीये ते! मला जाणीव आहे की मी जेव्हा परतेन तेव्हा नेत्रा घरात नसेल. पहाटेचा प्रसंग शब्दन्‌शब्द आठवत पुन्हा एकदा डोळ्यासमोरून सरकू लागला.

"तू कुठे निघालास एवढ्या पहाटे?"

"जळगावला."

"जळगावला? तुला जळगाव म्हणजे डोंबिवली वाटलं काय?"

"नाही."

"काही जायचं वगैरे नाही."

"नेत्रा, समजून घे..."

"तू का नाही समजणार?"

"तुझा विरोध मला समजतोय पण एकदा जाऊन यायलाच हवं."

"आई-बाबांना कळव ना. त्यांना जाऊ देत जळगावला."

"काय बोलतेस? काही विचार? ह्या अशा प्रसंगी त्या वयस्कर माणसांना मी प्रवास करायला लावू?"

"त्यांच्याच भावासाठी तर..."

"बास. नेत्रा इनफ्."

"तू जर असा निघून गेलास तर मीही नाही राहणार इथे."

"नेत्रा, दोन दिवसांचा प्रश्न आहे. एकदा शंकानिवारण व्हायला हवं. ती व्यक्ती किशाकाका नसेल तर लगेचच परतून येणार आहे मी. हा एवढा एक प्रयत्न करू दे. मग मी कुठे जाणार नाही. ही शेवटची धडपड, प्रॉमिस."

"मला काही सांगू नकोस. तू ठरवलंच आहेस तर मी काय करू शकणार? तू तुझा स्वतंत्र मी माझी स्वतंत्र... जा तू."

किशाकाकाला कल्पना तरी असेल का? की त्याच्या बेपत्ता होण्याने इथे माझ्यात आणि नेत्रात अंतर निर्माण होईल म्हणून! दररोज येणारे आप्तेष्टांचे फोन एकच चौकशी करणारे. 'लागला का रे पत्ता किशाचा?' सतत एकच उत्तर देणारे आम्ही, तेच तेच बोलणारे आणि त्याही वरताण म्हणजे ह्या सर्व आप्तेष्टांचे निरनिराळे सल्ले... आम्ही काय करायला हवं हे सांगणारे, उपदेश करणारे! नेत्रा तर त्या उपदेशांना कधीचीच कंटाळली होती. आणि आता या सर्व गोष्टींपेक्षाही जास्त कमाल मी करत होतो. जळगावला निघालो होतो, नेत्राला धुमसत ठेवून. दोन दिवसांची सततची वणवण, हॉस्पिटल, डॉक्टर, पेशंट्स, पोलीस आणि ते पत्रं.

कुणीतरी किशाकाकाशी साम्य आहे असं पत्र पाठवलं. हा जो कुणी तरी शहा होता तो खरा होता की खोटाच? कुणीतरी जबरदस्त फिरकी घेतली होती. त्या

शहाचा पत्ता खोटा निघाला आणि हॉस्पिटलमध्ये कुठेच कसलाच मागमूस नव्हता. किती विकृत माणसं असतात. ही विकृती दुसऱ्यासाठी जीवघेणी ठरू शकेल, असा विचारही माणसं करीत नाही. चरफडलो, वैतागलो आणि रिकाम्या मनाने, रिकाम्या हाताने परतलो. सरळ घर न गाठता डोंबिवलीला काकूला भेटलो. तिच्या चेहऱ्यावरच्या प्रत्येक रेषेतून उत्सुकता ओसंडून वाहायला लागली, मला बघितल्यावर! आणि माझा धीर खचला. ज्या मन:स्थितीत मी घरातून बाहेर पडलो होतो तो क्षण आणि आत्ताचा हा क्षण यामधली माझी मानसिक अवहेलना, शारीरिक त्रास आणि निराशा सर्व एकवटून आलं आणि काकूंच्या कुशीत शिरून रडरड रडलो.

बऱ्याच वेळानंतर काकूने मला सावरलं. अक्षरही न बोलता थोपटत बसली. मी शांत झालो, उठलो. काकूला वाकून नमस्कार केला आणि मूकपणे घराबाहेर पडलो. स्टेशन गाठलं.

लॅच कीने दार उघडलं. घरात अंधार गुडुप होता. या वेळेला नेत्रा कुठे बाहेर जात नाही, खरंच घरातून निघून गेली की काय?

मी वॉश घेऊन होईपर्यंत नेत्रा आली. सुरेख दिसत होती. ऑरगंडी पिंक कलरची साडी, लेसचा ब्लाऊज, हलकासा मेकअप, मोकळे केस!

"छान दिसतेस!"

"थँक्यु..."

"अगदी मस्त मूडमध्ये आहेस?"

"हो... अगदी मस्त."

"कुठे गेली होतीस?"

"अशीच..."

"म्हणजे कुठे?"

"आत्ताच येते मी घरात. उगीचच प्रश्न विचारून भंडावू नकोस आणि माझा मूड खराब करू नकोस."

"ओ. के. मला प्रश्न विचार..."

"गरज नाहीये."

"मी कधी आलो? कसा आलो? प्रवास कसा झाला? किशाकाका भेटला का? काहीच विचारायचं नाही का तुला मला..."

"या सर्व प्रश्नांची उत्तरं, मी प्रश्न न विचारताही मला मिळाली आहेत. तुझ्या चेहऱ्यावरून..."

"हो... तुझं म्हणणं बरोबर आहे. मी खूप थकलोय..."

"मी तुला न सांगता एक गोष्ट केली आहे."

"कोणती?"

"मी केदारला बोलावून घेतलंय."

"का? कशासाठी?"

"त्याचे वडील हरवले आहेत म्हणून..."

"कमाल आहे तुझी..."

"असेल... मी केलंय ते बरोबरच केलंय... एनी वे, तुझ्या जेवणाचं काय? तू इतका लगोलग परतशील असं वाटलं नव्हतं. शिवाय तुझा फोनही लागत नव्हता आणि तू मला तसं काही कळवलंही नव्हतंस. मी जेवण केलंच नाहीये. काय ऑर्डर करू सांग...?"

"मला काही नकोय जेवायला."

"ठीक आहे. मी दमलेय. सॉलिड झोपही येतेय. उद्या बोलू आता, गुडनाईट."

ही नेत्रा, ती तेव्हाची नेत्रा नाही. हे वेगळं रूप आहे तिचं. लग्नाअगोदरची नेत्रा अशी नव्हती. मी हॉस्टेलवर रहायला होतो तेव्हा रोज रात्री आठवणीने फोन करायची, मी जेवलो आहे ना, याची खात्री करून घ्यायची. कधी बरं नसेल मला तर तिथे तिचा जीव वरखाली व्हायचा. तिची आतुरता, काळजी, प्रेम शब्दाशब्दातून व्यक्त व्हायचं, जाणवायचं. पण आता! या एका प्रसंगामुळे मला कधीही ओळखीची नसलेली नेत्रा दिसते आणि अशी नेत्रा मला बघवत नाहीये.

गेल्या अडीच-तीन महिन्यांत मी तिला वेळ देऊ शकलो नाही. मलाही ते खटकतंय, वाईट वाटतंय. अशा प्रसंगी तिची साथ हवी आहे. माझं हतबल असणं तिने समजून घ्यायला हवं. पण तिला नाही जमत आहे मला समजून घेणं.

किशाकाका असा कसा आणि कुठे गायब झालास रे? का गायब झालास? तू आपणहून हरवला आहेस की खरंच तुझं काही बरंवाईट झालंय! नेत्राने शेवटी केदारला बोलावून घेतलंच आहे. तो तसाही महिनाभरात येणार होताच. पण तेवढा धीर नाही रे नेत्राला. केदारच्या पत्रावरून सध्याची त्याची परिस्थिती बेताची आहे हे कळतं. लोकं भारताबाहेर असले की खूप श्रीमंत, पैसेवाले असतात, असा एक सर्वसामान्य समज आपल्यात असतो. काही अंशी हे खरंही आहे; पण त्याला अपवादही असतातच ना!

सर्व उलटसुलट विचारांनी बधिरता आली. माणूस मेलेला दिसला की निदान एका दु:खाबरोबर एक खात्री असते ही व्यक्ती आता आपल्याला कधीही दिसणार नाहीये. एक पक्का शेवट असतो. पण हरवलेल्या व्यक्तीबद्दल कुठलीच खात्री नाही. सतत चिंता, हुरहुर आणि प्रतीक्षा. शेवट नसलेली प्रतीक्षा. या बेपत्ता असलेल्या माणसाचं नक्की पुढे काय होत असेल? कसे जगत असतील? काय करत असतील?

डोकं गच्च झालं होतं. पोटात भुकेनं कल्लोळ उठला होता. पण स्वत: उठून,

अन्न गरम करून वाढून घ्यावं एवढं त्राण नव्हतं.

धाडकन आपटलेलं बेडरूमचं दार दिसत होतं. आता नेत्रा शांतपणे झोपली असेल की माझी वाट बघत असेल. मी आत जाऊन तिची क्षमा वगैरे मागायला हवी का? स्त्रीमध्ये मायेचा स्त्रोत जास्त असतो असं म्हणतात. नेत्रामध्येही हा मायेचा स्त्रोत मला दिसला होता. म्हणजे तो फक्त माझ्यापुरताच मर्यादित होता का? माझ्या माणसांसाठी ओलावा नव्हता? आणि आज तर तो ओलावा मला माझ्यासाठीही जाणवत नाहीये.

किशाकाका, तू तर गेलास, हरवलास, बेपत्ता झालास. तू कदाचित शोधून सापडशीलही. तुझी जेव्हा केव्हा इच्छा होईल तेव्हा तू स्वत:ला आम्हाला सापडवून देशील, कारण तू शरीराने हरवला आहेस, पण इथे...

इथे नेत्रा मनाने हरवली आहे. ती शरीराने इथे आहे फक्त. या बंद दरवाजाआड, पण मनाने? ही माझी नेत्रा नाहीये, कुणी वेगळीच स्त्री आहे. मला माहीत आहे, उद्या-परवा केव्हाही केदार आला आणि माझ्या डोंबिवलीच्या खेपा थांबल्या आणि मी पुन्हा नेत्राला नेहमीसारखा वेळ द्यायला लागलो की पुन्हा नेत्रा 'नेत्रा' होऊन जाईल. पण तसं होण्यापूर्वी तिने हरवून दिलंय स्वत:ला माझ्यासाठी, हे मी विसरू शकेन?

शरीराने बेपत्ता झालेली माणसं मिळतीलही; पण मनाने हरवलेली, बेपत्ता झालेली माणसं मिळतील? नाही मिळायची. ती डोळ्यांसमोर असतील, वावरतील; पण त्यांचं मन आपल्यापाशी नसेल. नेत्रा, या तुझ्या मन हरवलेल्या शरीराबरोबर संसार निभावता येईल...?

■

टाहो

हातावर मेंदी रचली जात होती आणि थट्टामस्करीला ऊत आला होता. घर गजबजून गेलं होतं आणि लाल, पिवळ्या, निळ्या दिव्यांच्या रोषणाईत झगमगतही होतं. मेंदीच्या डिझाईनमध्ये लपलेलं 'मल्हार'चं नाव शोधण्याचा आटापिटा चालला होता सर्वांचा आणि मी शांतपणे हा उत्साह बघत होतो.

कविता तिच्याभोवती जमलेल्या सख्यांना डावलून माझ्याजवळ आली आणि सुरेख चितारलेल्या मेंदीचे तळवे माझ्यासमोर पसरून उभी राहिली. ती उत्सुकतेने माझ्याकडे बघत होती. तिच्या डोळ्यांतले ते निर्व्याज भाव बघून मला वाटलं, 'अरे, ही मोठी कुठे झालीये? ही तर तेवढीच आहे. लहानखुरी, बाहुली.' आणि मला त्या सुबक चितारलेल्या मेंदीऐवजी, छोट्याशा तळव्यांवर मधोमध मोठ्ठा गोल आणि चार कोपऱ्यांत चार छोटे काढलेले मेंदीचे ठिपके दिसू लागले.

"कविता, हात लांब ठेव. माझा शर्ट खराब होईल."

"बाबा, काका घाबरला."

"मजा वाटते तुला? डँबिस!"

"हो... हो... मजाच मजा. ए काका, मिठी मारू दे ना..."

"हणम्या, आवर या पोरीला. मला मीटिंग आहे आज ऑफिसमध्ये. तो म्हारक्या तडकेल विनाकारण."

"तूच सांग ना तिला. तूच लाडावून ठेवलं आहेस."

"माझे बायो, संध्याकाळी येतो मी परत. तेव्हा मिठीत घेईन हं तुला."

"चला. झालं समाधान? पळा आता."

"काय रे, सकाळी सकाळी या ढमालीला मेंदी कुणी लावली?"

"ती शेजारची काकू रे. केसांना मेंदी लावते ना तिच्या. तर ही आपली तिच्याजवळ ठाण मांडून बसते आणि घेते तळवे रंगवून. बरं निघायचं?"

"हो, निघायलाच हवं. अजेंडा ठाऊक आहे ना?"

"हो."

"चल तर. अरे थांब, चित्रा कुठे आहे?"

"ती आज लवकर गेलीये ऑफिसात. संध्याकाळी गेट वे वर भेटू असं म्हणाली. तिथून टाटामधे जाऊ. 'हयवदन'चे पासेस आहेत तिच्याचकडे."

"ठीक, चल. येतो हं."

"आई, निघतो गं."

"काका, कुठे हरवलास?"

"या तुझ्या मेंदीत."

"मेंदीत नाही रे. मेहंदी. उच्चारतानाचा फरक बघ ना दोन शब्दांतला."

"निघू मी?"

"हो."

"तू ठीक आहेस ना?"

"काका, उद्या दिवसभर रहाशील ना रे इथे?"

"हे काय विचारणं झालं? चित्राला सांग. उद्या येतो म्हणावं."

"काका..."

"येतो..."

"तेव्हासारखं कवेत घेतोस?"

"वेडाबाई, मेंदी पुसेल ना तुझी... उद्या येतो हं."

बाहेर पडलो तर खरा. पण जाऊ कुठे? हणम्याकडे? हो जायलाच हवं. आणि पुढे? पुढे काय? तो जे जे विचारेल त्याची उत्तरं देत रहायचं. फार कठीण पडतंय सर्वच. पण कवितासाठी हे सर्व करायलाच हवं.

"कवितासाठी एक छान गाणं केलंय बघ हनुमानाने."

"ए चित्रा, हनुमंत नावाचा माणूस 'गाणं' करू शकतो?"

"हनुमान नावाचा माणूस प्रेम करू शकतो. जिच्यावर प्रेम केलं, तिच्याशीच लग्नही करू शकतो आणि कवितासारख्या एका काव्याला जन्मही देऊ शकतो, तर त्या कवितासाठी गाणं करू शकत नाही का?"

"बाप रे... दमलो ऐकता ऐकता. पण तुझं खरं आहे. हा हणम्या रसिकच. चित्रासारख्या मुलीवर प्रेम केलं आणि योगायोगाने त्या मुलीचं नाव 'चित्रा' निघालं."

"चक्क तारिफ? बोल... बोल... करत रहा. मस्त वाटतं ऐकताना."

"तारिफ अजून... म्हणजे... तू...."

"असू दे... गाणं ऐकणार? चाल पण त्यानेच लावलीये..."
"ऐकव.

एक घास काऊचा, एक चिऊताईचा
एक घास भूभूचा, एक मनीमाऊचा
मऊ मऊ भात, दुधावरची साय
दह्याचा ठिपका, भरवायला माय ॥ एक घास...
रडायचं नाही, रूसायचं नाही
भुकेची वेळ चिडायचं नाही ॥ एक घास...

"वा! सुरेख."

"कविता दोन-चार दिवसांपूर्वी नीट जेवत नव्हती. सव्वा वर्षाची पोर, काय होतंय तिला हे न सांगता येणारं वय. मला तिला उपाशी ठेववत नव्हतं आणि ती भरवून घेत नव्हती. हनुमंताने तिला कडेवर घेतलं आणि गॅलरीत उभं राहून सहज गुणगुणू लागला. गाणं एका-एका शब्दाने तयार होत गेलं आणि त्या शब्द... स्वरांच्या नादात कविताने सर्व भात संपवला."

हणम्या म्हणाला होता, "आता हा अगदी रोजचा परिपाठ झाला आहे. पोरगी माझ्या हातानेच जेवते आणि गाणं हवंच हा हेका असतो तिचा." पोरगी म्हणता म्हणता मोठी झाली. पण गाणं काही विसरली नाही. चित्राला केव्हा केव्हा राग यायचा. 'आता तू लहान नाहीस. घास काय भरवायला सांगतेस आणि कसलं ते चिऊ-काऊचं गाणं?' पाच-सहा वर्षांची कविता हिरमुसली व्हायची.

"काका, आई बघ ना रे!"

"बघतोय ना! थांब हं... आपण तिला."

"हं... आपण तिला काय? तूही उगीचच लाडावून ठेवलं आहेस तिला. जरा माझा विचार करा की तुम्ही. हा जातो असा टूरवर. मी दिवसभर ऑफिसमध्ये काम करून थकून येते. आता दोघींनी पटापट आवरावं आणि झोपावं, तर हिची भूणभूण सुरू होते."

"दोन मिनिटांचं तर काम असतं. गाणं तुलाही पाठच आहे की."

"दिवसभर काम करा, धक्के खात घर गाठा. पुन्हा चुलीसमोर!"

"चुलीसमोर?"

"गॅससमोर उभे रहा... आणि नंतर गाणं म्हणा?"

"चित्रा, ही कसरत आहे. तीही काही काळापुरतीच. कविता अजून मोठी झाली की तुझ्या हातालाही लागणार नाही. मग तेव्हा काय होईल तुझं?"

“आलास? केव्हाची वाट बघतोय रे तुझी!”

“पोरगी सोडेल तर ना!”

“कशी आहे कविता? कशी दिसत्ये?”

“खरं सांगू? ‘काव्य’ दिसत्ये.”

“म्हणजे कशी?”

“मेंदीने रंगलेले तळवे. तळवे कसले अगदी कोपरापर्यंत मेंदी काढलीये. हळदीने काया पालटली आहे.”

“मी भेटू का तिला? बघून येऊ?”

“ज्यांची उत्तरं नाहीत असे प्रश्न विचारू नकोस.”

“ठीक... अजून काही सांग.”

“नको. तुला त्रास होत राहील. हां, मोबाईलवर फोटो काढलाय तिचा. हा बघ...”

हणम्याची नजर त्या फोटोवरून हलत नव्हती. मी त्याला निरखत राहिलो. मी मधा चित्रालाही निरखत होतो. या सर्व परिस्थितीला जबाबदार कोण? खरं तर या प्रश्नाला अर्थ नाही. उगीचच विचार आणि फक्त विचारच रहाणार. नियती-नशीब वगैरे शब्द म्हणजे वरवरची मलमपट्टी.

त्या वेळेलाही असेच सततचे विचार आणि फक्त विचारच चालू होते. मग चर्चा आणि त्यानंतर विभक्तता. अगदी सहजी स्वीकारता न आलेली; पण तरीही विभक्त होणं हाच एकमेव मार्ग उरला आहे, अशी दोघांचीही खात्री. त्याचप्रमाणे लगेचच क्रियाही. अशा मन:स्थितीत कुणालाही उपदेश, सल्ले नको असतात. हवं असतं ते सहकार्य. त्या त्या व्यक्तीच्या मतांशी सहमती दर्शवणारं नातं. मी तसं काहीच केलं नाही. मी तटस्थ राहिलो. मला जे काही दोघांना समजवावंसं वाटत होतं ते मी अश्विनीच्या मार्फत समजवण्याचा प्रयत्न करत राहिलो. पण शेवटी तिलाही अपयशच आलं.

“अक्षय, काहीही उपयोग नाही. हनुमंत, चित्रा काही ऐकून घ्यायला तयारच नाहीयेत.”

“मला कल्पना आहे. पण आपण आपल्याकडून प्रयत्न करायचे.”

“करते रे. खरं तर त्यांचे प्रश्न हे प्रश्न नाहीच आहेत. दोघंही चांगले आहेत. पण आपापल्या ठिकाणी. ते जेव्हा एकमेकांसाठी चांगले होतील तेव्हा त्यांनी विनाकारण तयार केलेले प्रश्न मिटतील.”

“वाद कशासाठी आणि कुणासाठी? या वादाचं मूळ काय?”

“तेच नाहीये. म्हणूनच वाद मिटवणं कठीण जातंय. एखादं ठोस कारण

असतं तर चर्चेने त्या कारणावर तोडगा काढता आला असता.''

''अश्विनी, त्या दोघांनी एकत्र रहावं ही आपली इच्छा आहे. पण त्यांना तसं वाटतंय का?''

''नाही. एकवेळ चित्रा समजून घेईल; पण हनुमंत... शक्यच नाही.''

''मी हणम्याला ओळखतो. तो नक्की समझोता करेल. पण चित्रा नाही करणार.''

''मला वाटलंच. तू हणम्याचीच बाजू घेशील.''

''हे 'बाजू घेणं' वगैरेसारखे आरोप तू माझ्यावर करू नकोस हं!''

''चूक काय आहे त्यात? तूही एक पुरुषच!''

''हे बघ, तू विनाकारण माझ्यावर आरोप करू नकोस. कुठला पुरुषी हक्क गाजवतोय मी तुझ्यावर?''

''माझ्यावर गाजवतोस की नाही, हा प्रश्न नाहीये. तुला तटस्थ राहून कोण चुकतंय, कोण बरोबर आहे, हे बघता येत नाहीये. सरळ सरळ मित्राची बाजू घेऊन मोकळा झालास!''

''एक मिनिट, प्रॉब्लेम हणम्या-चित्राचा आहे. आपण त्यावरून का भांडतोय?''

''हो... हेही खरंच. खरं सांगू का, त्या दोघांना भेटून आले ना की मी अपसेट होऊन जाते. लहान मुलांच्या वरताण भांडतात आणि ती बिच्चारी पोर केविलवाणी होऊन रहाते.''

माझ्या नजरेसमोर कावरी-बावरी कविता दिसू लागली. ती आता नववधू आहे. चि. सौ. कां. पण आजही तिच्या चेहऱ्यावर तोच लहानपणीचा भाव होता.

तो काळ कवितासाठी फारच कठीण होता. मी बरेच वेळा तिला घरी घेऊन यायचो. इथेही ती फार काही रमायची नाही. पण अश्विनी तिला हसतं-बोलतं करायचा प्रयत्न करत रहायची. आणि मी म्हणजे तिचा मोठ्ठा आधार होतो. गळामिठी घालून झोपायची. तिला थोपटत थोपटत अर्धी रात्र सरायची. पण 'बाबा हवा' ही भूणभूण असायचीच.

''रात्र सरत आली, हणम्या. मला निघायला हवं ना आता. अश्विनी वाट बघत असेल. तिलाही पहाटे कार्यालयात पोहोचवायचं आहे मला आणि नंतर जावईबापूंना आणायला जायचं आहे.''

''हो. निघ तू.''

''तू ठीक रहा. रहाशील ना?''

''हो रे. तू माझी काळजी करू नकोस. कविताला सांभाळ.''

कविताला सांभाळू म्हणजे काय करू? तिला सांभाळण्याची खरी जबाबदारी कुणाची? आणि तिला तरी कुणा दुसऱ्यानं का सांभाळायचं? तिचा बाप जिवंत

असताना हे सांभाळण्याचं भाग्य कुणा उपऱ्याने का अनुभवायचं? सख्खे मित्र आहोत आम्ही, म्हणून काय झालं? तिचा ओढा बापाकडे आहे. तिथे काका कसा काय पुरा पडणार?

"किती रे उशीर..."

"हो."

"जेवतोस ना? हातपाय धुवून घे तोपर्यंत मी अन्न गरम करते."

"राहू दे. इच्छाच नाहीये."

"अक्षय, असं करू नकोस. उद्या संपूर्ण दिवस धावपळच आहे. चार घास खाऊन घे. मलाही काही तयारी करायची आहे."

"उठतोयस ना?"

"हो... चल."

"कसला विचार करतो आहेस एवढा?"

"कविताचा."

"नशीब चांगलं आहे तिचं. सासर चांगलं मिळालं."

"आणि आत्तापर्यंतचं तिचं आयुष्य? मला चित्रा-हणम्याची दया नाही येत. मला कविताची दया येते."

"दया?"

"हो. आजही तिच्या चेहऱ्यावरचे भाव बघितले की..."

"नको विचार करूस जास्त."

"पैसा माणसाला किती अमानुष बनवतो नाही?"

"चित्राचं खूपच चुकलं का?"

"तसं नाही. पण तिची पद्धत चुकली. जरासा पैसा तिच्या हाती काय लागला, तिने हणम्याला सरळ सरळ नजरेआड करावं?"

"हनुमानचं तरी काही एक धड आहे का? घर-संसार सर्व चित्राच्याच पगारावर तर चाललं होतं. तिने तरी किती तग धरावी?"

"सामंजस्यानं निभावता आलं असतं. पण दोघांचे इगोज्."

"कोर्टाने कविताला चित्राच्या हवाली केलं आणि हनुमंत कोसळलाच. घर तर त्याने आधीच सोडलं होतं. शहरही सोडून गेला."

"हीच त्याची सर्वांत मोठी चूक. धूमकेतूसारखा यायचा आणि बापाशिवाय जगण्याची थोडी थोडी सवय करत असलेल्या कविताला पुन्हा जीव लावायचा. त्यात कविताची होणारी कुतरओढ अजूनच वाढत गेली आणि त्याचमुळे चित्राचा हणम्याविषयीचा तिरस्कारही."

"स्वाभाविक आहे. कविताची शाळा, परीक्षा, शाळेतल्या मीटिंग्ज्, गॅदरिंग

सर्व तर तिने एकटीने केलं. जरा घडी व्यवस्थित बसते आहे असं वाटे वाटेतो पुन्हा ती विस्कटली जायची. कविताचा हनुमंताशी असलेला लळा. ती ओढ चित्राला त्रासदायक ठरली अगदी आत्तापर्यंत. आणि त्याचे परिणाम?''

''हणम्याने कविताच्या लग्नाला यायचं नाही, हा सर्वांत मोठा परिणाम.''

''तू... तू असा रडवेला होऊ नकोस.''

''नाही बघवत गं हे सगळं. कविता मुलगीच आपली. आज आपल्याला मूलबाळ नाही, याचं दुःख त्या पोरीने नाहीसं केलं. ती उणीव तिने भरून काढली. पण शेवटी आपण अक्षय-अश्विनी आहोत 'हणम्या-चित्रा' नाही.''

''जिथे मुलं आहेत, तिथे त्याचं महत्त्व नाही. आणि जिथे मूल नाही तिथे...''

''असू दे. रडू नकोस तू आता. माझंच चुकलं. मी विषय वाढवायला नको होता.''

''हो. तू हात धुवून घे. वाळलेत बघ. मी उद्याची तयारी करते.''

तयारी तर मलाही करायला हवी, मनाची. कन्यादान आम्ही करायचं हे चित्राने ठरवल्यापासून आम्ही दोघं सुखावलो आणि बेचैनही झालो. ज्या दिवशी चित्राने हे ठरवलं आणि आम्हाला सांगितलं तेव्हा अश्विनीने भरभरून रडून घेतलं आणि मी माझे सर्व कढ आतल्याआत जिरवत राहिलो. आम्हां दोघांचेही हे अश्रू म्हणजे समाजाने मूल नाही म्हणून हिणवल्याचे, आडून आडून त्याबद्दल चौकशी केल्याचे! आणि ध्यानीमनी काहीही नसताना मिळालेलं हे पालकत्व आणि सर्व दानांत श्रेष्ठ समजलं जाणारं हे कन्यादान. तेही निपुत्रिकांच्या हस्ते! चित्राचा हा निर्णय जेव्हा मी हणम्याला सांगितला तेव्हा क्षणभरच तो उदास वाटला; पण त्याने स्वतःला सावरलं आणि पुढच्याच क्षणी मला गळामिठी घातली. गदगदलेल्या स्वरात मला म्हणाला,

''मी आनंदात आहे. चित्राने अगदी योग्य निर्णय घेतलाय. तूच तर कविताचा खरा बाप आहेस. जी जी म्हणून बापाची कर्तव्यं असतात, जे बापाचं प्रेम असतं, ते ते सर्व तूच तिला दिलंस. आमच्या डिव्होर्सनंतर कविताला घर राहिलं हक्काचं, स्वतःचं ते तुझंच घर होतं. मी तर फक्त नावापुरता उरलो. चित्राला जरूर सांग की हा हणम्या तिच्या या निर्णयावर बेहद्द खूष आहे.''

हणम्या खरंच खूष होता का? शक्य नाही. पण स्वतःनेच निर्माण केलेल्या परिस्थितीचा हा एक जबरदस्त परिणाम होता.

चित्राने निर्णय घेतला आणि हणम्याने या तिच्या निर्णयाला शिरसावंद्य केलं. पण कुणी कविताचा विचार केला का? तिला काय हवंय, हे कुणी बघितलं का?

गेल्या दहा दिवसांत कविताशी धड बोलायलाही मिळालं नाही. आमंत्रणं, केळवणं, खरेदी आणि सासर-माहेरच्या तिच्या खेपा!

पण तरीही एकदाचा मी तिला भेटलो होतो. माझी कामं बाजूला ठेवून आणि

तिला तिची कामं बाजूला ठेवायला लावून.

"हे सिसिडी ठिकाण फारच उत्तम आहे नाही?"

"हो. प्रचंड गर्दीतही एकांत मिळतो आणि दोन कप कॉफीच्या जोरावर कितीही काळ बसता येतं."

"म्हणूनच तू जेव्हा भेटायचं आहे म्हणालास ना, तेव्हाच सिसिडीत भेटायचं हे मी ठरवून टाकलं. बोल काका. काय काम काढलंस?"

"काम असं काहीही नाही. पण आता लवकरच बोहल्यावर चढणार तू. मग माझ्या वाटेला यायची नाहीस. म्हणून तुला भेटून घ्यावंसं वाटलं."

"काका, मला कळतंय तुला काय सांगावंसं वाटतंय ते. मी सासरी चांगली राहेन. आई-बाबांच्या सहजीवनाचं अपयश मी तिथे उच्चारणार नाही आणि कुणाला उच्चारून देणारही नाही."

"मला खात्री आहे."

"कसे आहेत बाबा? मला भेटायचं आहे त्यांना. तूच बोलावून घे ना."

"येणार आहे तो."

"मी... मला बोलावशील तेव्हा?"

"अगं... नक्कीच. तू सज्ञान झाली आहेस. आता तुला तुझा निर्णय स्वतः घेण्याचा संपूर्ण अधिकार आहे. तू लहान होतीस आणि चित्राकडे होतीस, त्यामुळे चित्रा सांगेल असंच तुला वागायला लागत होतं. पण आता..."

"खूप मोठा काळ गेला रे मध्ये. किती काय काय घडलं त्या काळात?"

"तरीही तसं सर्व सुरळीतच झालं, हो ना? तुझी शाळा, तुला मिळत गेलेलं यश, तुझं पुढलं शिक्षण, पदवी, नोकरी..."

"आणि या सर्वांत कुठेही कौतुक करण्यासाठी हजर नसलेले वडील!"

"कविता..."

"आईला राग येतो माझा. ती इतकं सगळं माझ्यासाठी करत आली आणि मी तरीही वाट बघत राहिले ती बाबांची, तिची नाही. मी तिला गृहित धरलं. ती होतीच माझ्यासाठी, नव्हते ते बाबा. जे जवळ नाही त्याची ओढ, हव्यास जास्त असतो ना रे काका?"

"हो..."

"मला आईला दुखवायचं नाही, कधीच नव्हतं. पण तिने तसाच समज करून घेतला. मला तिला नेहमी सांगावंसं वाटत राहिलं की लहान असताना तुम्ही दोघांनी मिळून मला तुम्हा दोघांची सवय लावली. आणि एक दिवस असा वेगळाच उगवतो आणि तो दिवस मला माझ्यासाठी दोन्ही प्रिय व्यक्तींमधून एकच व्यक्ती ठेवून देतो आणि माझा आक्रोश सुरू होतो. बाबांच्याऐवजी जर आई बाहेर पडली असती तरीही

माझा आक्रोश राहिलाच असता तिच्यासाठी.''

''कविता... खरं आहे गं तुझं.''

''मला ना काका, निदान एक तरी भावंडं हवं होतं म्हणजे ही जी मी एकाकी वाढले ना तशी वाढले नसते. माझं हक्काचं भावंडं मला छान सोबत करून राहिलं असतं.''

''बोल ना. का थांबलीस?''

''हं... माझ्या स्वार्थी स्वभावाची गंमत वाटली. मी तर लग्न करून दुसऱ्या घरी जाणार. मग मागे राहिलेल्या त्या भावंडाचं काय झालं असतं? बरं झालं माझ्यामागे कुणीच नाही ते. नाही तर मी पण स्वत:च्या सुखासाठी त्याला/तिला एकटं टाकून सासरी निघून गेले असते.''

''स्वार्थी नाही आहेस तू. तू जे काही अनुभवलंस त्याची प्रतिक्रिया आहे ही.''

''काका, माझा संसार सुरळीत होईल ना?''

''वेडाबाई, का विचारतेस असं? अगं, निश्चितच उत्तम आयुष्य जगणार आहेस तू. छान घर मिळालं आहे तुला आणि सर्वांना सांभाळून घेशील तू. तुझा स्वभावच तसा आहे, नम्र, लाघवी!''

''याचं श्रेय तर तुम्हा दोघांना जातं. नाही तर मी अशीतशीच वाढले असते.''

''नसती वाढलीस अशीतशीच. अगं आम्ही होतोच, आहोतच कायम तुझ्यासाठी. पण तुझे बाबाही तेवढेच आहेत तुझ्यासाठी.''

''आहेत. पण प्रत्यक्षात नाहीयेत. त्या दोघांनी माझा विचार केलाच नाही. स्वांतसुखाय...''

''असं नको म्हणूस. कुठलीही गोष्ट जेव्हा 'तुटते' तेव्हा ती कधीच सुखावह नसते.''

''मी तर... असू दे. माझ्यासारख्या कितीतरी जणी असतील. मी उगीचच स्वत:ला फार दु:खी वगैरे करते असं वाटतंय.''

''नाही बच्चा. तुला दु:ख होणं स्वाभाविक आहे आणि त्या दु:खातही तू समंजस आहेस. तुझा हा समंजसपणा ही फार मोठी जमेची बाजू आहे. याच तुझ्या स्वभावाचा आधार घेतो आणि तुला सांगतो की चित्राच्या मते मी आणि अश्विनीने तुझं कन्यादान करावं असं ठरतंय.''

''मला समजलं ते काका.''

''तुला हे आवडणार आहे?''

''मी समजा नाही म्हटलं तरी माझ्या म्हणण्याला काही किंमत नाहीये. माझे वडील जिवंत असताना कन्यादान कुणी इतराने का करायचं? तुमचे वाद तुम्ही तुमच्या पद्धतीने मिटवलेत. आनंद होता तेव्हा एकत्र आलात, जरा बिनसलं वेगळे

झालात. बाबा माझ्यासाठी पैसे पाठवत राहिले ते आई घेत आली. बाबांचे पैसे चालतात पण तिला बाबा चालत नाहीत. लग्नातही त्यांनी यायचं नाही. सासरच्या सर्वांना बाबा आले तर चालणार आहे; पण आईने ठामपणे 'नाही' म्हणून सांगितलंय. सासरच्या मंडळींना वैदिक पद्धतच हवी. नाहीतर एका सहीने लग्न झालं असतं. मला माझे बाबा हवेत. पण... हा पण त्या दोघांनी स्वत:च्या आयुष्यात निर्माण केला आणि मलाही दिला माहेरचा आहेर म्हणून...''

''कविता...''

''तुम्ही दोघांनीच माझं कन्यादान करायचं. हा मात्र माझा हट्ट होता, काका...''

''काय?''

''हो... आई-बाबांचे नातेवाईक नकोतच मला. दोन्ही बाजूंचे नातेवाईक फक्त दुसऱ्याला दोषी ठरवत बसले तेव्हा, साथ द्यायला काका, तू आणि काकू आला होतात, दोन्ही बाजू सावरण्याकरिता, हे मला आठवतंय. मावशी आणि मामा बाबांना नाही नाही ते बोलत राहिले, हे मी आयुष्यभर ऐकत आले आहे आणि आत्यानेही काही वेगळं केलं नाही. मला नकोत हे कोणी. काका तूच हवास. काकू आणि तू माझं कन्यादान कराल ना?''

आपल्याला वाटतं, मुलं लहान आहेत त्यांना काय कळतंय? पण नाही कविताने लहान वयातच जितकं बघितलं आणि ती अचानक मोठी झाली. खरंतर विसंवादी घरात वाढणारी मुलं फक्त स्वत:च्या फायद्याचं तेवढं बघतात असा माझा कयास. पण कविताने तसं केलं नाही. फायद्यासाठी म्हणून तिने दोन बाजूंचा वापर केला नाही. ती अंतर्मुख झाली. जास्त जास्त स्वत:पाशी पोहोचली आणि म्हणूनच तिच्यासाठी माझ्या आणि अश्विनीच्या भावनांना मायेचे कोंब फुटत राहिले. अगदी आक्रोश करून विचारावंसं वाटलं होतं, हनुमंताला आणि चित्राला, 'अरे, तुम्ही किती हरला आहात हे कळतंय का तुम्हाला?''

''काका, बाबा आलेत ना रे?''

''हो... आलाय.''

''कुठे राहिलेत?''

''आपल्या घराजवळच, लॉजमध्ये.''

''मला नाव सांग, मला त्यांना भेटायला जायचं आहे.''

''जाऊ ना. लग्नसमारंभ आटपू दे. मग नेणार तुला.''

''नक्की?''

''हो. अगदी नक्की. खरं तर त्याला लॉजमध्ये रहायची गरज नव्हती. आपल्या घरी राहिला असता तर...''

"त्यांचं बरोबर आहे, काका. तुझ्या घरी रहाणार तर प्रश्न वाढले असते. आई दोन दिवसाआड काही ना काही कामाने तुझ्याकडे येतच होती. बाबांना जर तिने तिथं बघितलं असतं तर..."

"मी तेवढा खंबीर आहे, कवि. तिला सरळ सरळ सांगितलं असतं की हे माझं घर आहे. इथे कुणी यायचं, कुणी नाही हे ठरवण्याचा अधिकार फक्त अश्विनीला आणि मला आहे. मला जशी तू तसाच हणम्या. तुला हे चालत नसेल तर तुला दरवाजा उघडा आहे."

"मग माझं काय झालं असतं? मी तर अजूनच एकटी झाले असते."

"तुझाच विचार करून गप्प बसलो पोरी. नाहीतर हणम्या फक्त घरीच काय, इथे कार्यालयातही असता.

चल, आता चर्चा नको. छान हसरा चेहरा कर बघू. तुझा मेकअप् खराब होऊन देऊ नकोस. वरात येईलच इतक्यात आणि मला त्यांच्या स्वागताला गेलं पाहिजे."

"जा काका. मी ठीक आहे."

एकच धामधूम सुरू झाली. शहनाईचे मंगल सूर वातावरणात भरून राहिले. अत्तर आणि मोगऱ्याच्या फुलांचे सुगंध सरमिसळ झाले. या मंगल वातावरणात वरपक्ष प्रवेश करता झाला आणि कार्यालय विविध रंगांनी फुलून आलं.

अश्विनी सुरेख दिसत होती. क्षणभर असं वाटून गेलं की खरंच आमच्याच मुलीचं लग्न आहे. आम्ही दोघंही विहिण-व्याह्यांप्रमाणे मिरवत होतो. आदरातिथ्य करत होतो.

नाजूकशी, गोरी, रेखीव कविता वेगळीच दिसत होती. मेंदीने रंगलेले हात, हिरवा चुडा आणि हळदीने आलेलं तेज! मला पहिल्या दिवसाची कविता दिसू लागली. दुपट्यात गुंडाळलेला तो एवढासा जीव आणि त्या जीवाच्या आगमनाने उत्फुल्ल झालेला हणम्या! आणि त्यानंतर सतत कवितेबद्दलच बोलणारा एक बाप! आज कविता उपडी पडायला लागली, रांगायला लागली, तिला थोडा ताप आहे... रात्र रात्र तिच्यासाठी जागणारा, कडेवर घेऊन त्यानेच केलेली कविता म्हणत तिला जेवू घालणारा आणि आज?

"कुठे हरवतो आहेस सारखा?"

"अं... छे... कुठे काय? इथेच तर आहे."

"भटजी काय सांगत होते आणि तू..."

स्वत:ला ताळ्यावर आणलं आणि मग मात्र संपूर्णपणे सोहळ्यात सामील झालो.

पुढल्या विधींना आमची गरज नव्हती म्हणून अश्विनी चित्राजवळ गेली. मी

जरा कुठे एखादा कोपरा शांत बसायला मिळतोय का हे बघू लागलो.

तेवढ्यात झब्ब्याच्या खिशात थरथर जाणवली म्हणून मोबाईल अटेंड केला.

"अक्षय, मी हनुमंत..."

"बोल."

"कसं चाललंय कार्य?"

"छान चाललंय."

"कविता कशी दिसत्ये? कशी आहे? आणि चित्रा?"

"दृष्ट लागेल रे पोरीला? छान, सुंदर, सुरेख. शब्द कमीच पडतात. ठीक आहे ती. आता जरा हसत्ये आणि चित्रा, तिच्याजवळ अश्विनी आहे आणि बाकीचा गोतावळाही आहे. शी इज केपेबल टू रन् द शो परफेक्टली!"

"येस्... आय नो."

"तू बरा आहेस ना? काही खाणं झालंय की नाही?"

"हो हो. मी व्यवस्थित आहे."

"करेन तुला नंतर फोन."

"मुहूर्त जवळ आलाय ना?"

"हो."

"चित्राला सांभाळ. आईने मंगलाष्टकं ऐकायच्या नसतात ना. तेव्हा ती एकटी असेल. काळजी घे तिची हं!"

"तू निश्चिंत रहा. आम्ही आहोत इथे. दोघींना सांभाळू."

"मला ऐकवशील मंगलाष्टकं? फोनवरून?"

"..."

"बोल ना!"

"हो, ऐकवेन. तू..."

मला पुढे काही बोलता आलं नाही. कंठ सद्‌गदित झाला. चष्मा काढून पाणावलेले डोळे पुसतोय तोच अश्विनी आली.

"काय झालं रे?"

"काही.. काही नाही."

"चित्राला बघ ना. जरा समजव तिला."

"काय झालं?"

"आपण कन्यादान करत होतो तेव्हापासून रडते आहे. एकटीच आहे खोलीत. कुणाला कळायच्या आत चल."

तिने स्वत:ला इथे सावरायला हवं. तिच्यासाठी सगळेच आहेत. इथे एकटा पडलाय तो हनुमंत. तिथे तो एकटा कसा स्वत:ला सावरत असेल?

"चित्रा..."

"अगं, शांत हो आधी. इतकी खंबीर असणारी चित्रा... अशी..."

"सगळं केलं गं खंबीरपणे; पण मीही माणूसच आहे, एक आई आहे. सर्व जर सुरळीत असतं तर आज मी आणि हनुमंताने मिळून हे कार्य आनंदाने, अजून जास्त दिमाखाने केलं असतं. सगळेजण आज मला सांभाळत आहेत, सावरत आहेत. पण त्याची कसर रहाणारच ना?"

"बोलावू का त्याला? तो तीरासारखा येईल."

"चित्रा, अक्षय काय विचारतोय? येऊ दे का त्याला?"

नाटकात सरकता रंगमंच असतो. तो सरकवला किंवा गोल फिरवला की दृश्य एकदम बदलतं. माझ्या या प्रश्नाने तसंच झालं काहीसं. चित्राचे डोळे कोरडे झाले. चेहऱ्यावरचे भाव बदलले. ती ताठ झाली.

"कविता आता गौरीहार पूजायला येईल. तोपर्यंत मी जरा हॉलमधे काही हवं नको बघून येते."

मंगलाष्टकांना सुरुवात झाली. अश्विनी चित्राजवळ जाऊन बसली आणि मी अगदी कविताच्या जवळ उभा राहिलो. हणम्याला फोन लावला आणि त्याच्या वाट्याच्या आणि माझ्या अक्षता कवितावर टाकत राहिलो. अंतरपाटाआडची कविता. एका अंतरपाटाच्या सरकण्याने दुसऱ्याची होणार होती. काय विचार करत असेल ही पोर? मी तिच्याकडे बघितलं. तिला उमाळे येत होते. हातात हार धरून खालच्या मानेने उभी असलेली कविता. अश्रु पुसावेत का तिचे? तिने माझ्याकडे बघितलं. मी तिला नजरेनेच धीर दिला. तिचे ओठ हलले. 'बाबा पाहिजेत.' मंगलाष्टकांच्या चढ्या स्वरांतही. तिचं 'बाबा पाहिजेत' बोलणं माझ्या कानापर्यंत पोहोचलं, मी गलबललो. तिला मोबाईल दाखवला. तिला तो फोन चालू असल्याचं कळलं की नाही?

'कन्यादान!' हा माझ्यासाठी केवळ एक उपचार राहिला नाही. मी अश्विनीकडे बघितलं. ती हमसत होती आतल्या आत. तिचे डोळे डबडबलेले बघितले आणि मग मलाही स्वत:ला आवर घालता आला नाही. आम्ही आमच्या लाडक्या कविताला दुसऱ्यांच्या ओंजळीत घातली आणि अचानक रिकामपण आलं. आम्ही दोघं रिक्त झालो. काहीतरी हातचं सुटून जातंय असं वाटायला लागलं.

पंगती बसल्या. घास भरवणं. उखाणा घेणं, आता सर्व हसतखेळत पार पडत होतं. इतर वेळेला, लग्नाच्या कॅसेटस् बघणं यासारखं कंटाळवाणं दुसरं काहीही नाही असं माझं ठाम असलेलं मत या वेळेला बदललं होतं. हे लग्नाचं शूटिंग अतिमहत्त्वाचं होतं. याची कॅसेट मी हनुमंताला देऊ शकेन आणि तो लग्नाचा हा

सोहळा प्रत्यक्ष बघेल. मी व्हीडिओचा शोध लावणाऱ्या व्यक्तीला धन्यवाद दिले.

शालू नेसलेली कविता अचानक स्त्री वाटायला लागली. गळ्यातले काळे मणी चुडा आणि सिंदूर, जोडवी केवळ या तीन गोष्टींनी तिचं बालपण संपलं. हसून सर्वांना नमस्कार करणारी कविता. एका लहान मुलीसारखी रडत रडत काही तासांपूर्वी 'बाबा हवेत' असं म्हणत होती, हे माझ्याशिवाय कुणालाही कळलं नाही, याचा आनंद मानायचा की वैषम्य?

सर्वांना गळामिठी घालत, नमस्कार करत करत कविता माझ्यासमोर उभी राहिली.

"काका, नमस्कार करते."

"नको बेटा. मला नमस्कार केलेला..."

"माहिती आहे. आवडत नाही. पण आज असं म्हणू नको."

"छान रहायचं. नवीन आयुष्याची सुरुवात आहे ही. मागच्या आयुष्याचे पडसाद पुढच्या आयुष्यावर उमटू देऊ नकोस. संसार कसा करायचा हे तुला..."

"संसार कसा करायचा नाही हे मला चांगल्या तऱ्हेने कळलंय, काका आणि तुझ्याकडे आणि अश्विनीकाकूकडे बघून संसार कसा करायचे हेही कळलंय."

"कविता, कटू आठवणींना गाडून टाक, असं मी सांगतोय आणि ते सोपं नाही हे माहीत असतानाही. तरीही चांगल्या आठवणींचं जतन कर. उपदेश नाही देत आहे. पण तुझं जीवन सुकर व्हावं म्हणून माझे हे चार मोठेपणाचे शब्द..."

"ते तर हवेतच रे मला, आणि तुला मिठी मारू? मेहंदी ओली नाहीये. तुझा शर्ट खराब होणार नाही आणि ती पुसलीही जाणार नाही. घेतोस कवेत?"

"ये..."

"काका... बाबा पाहिजेत. कितीतरी मुलींना म्हणजे माझ्या लग्न झालेल्या मैत्रिणींना त्यांच्या वडिलांच्या गळ्यात पडून निरोप घेताना बघितलंय. मलाही त्यांच्या गळ्यात पडून भरपूर रडायचं आहे रे. इतक्या वर्षांतले जमवलेले सर्व अश्रू त्यांच्या मिठीत वाहून टाकायचे आहेत. मोठ्यांदी ओरडावंसं वाटतंय रे 'बाबा'..."

सुन्न मनाने मी लॉजवर पोहोचलो. हनुमंत चातकासारखी माझी वाट बघत होता.

"अश्विनी नाही आली?"

"ती चित्राबरोबर आहे."

"सांग, सर्व सविस्तर सांग."

"काय सांगू?"

"अरे, हे काय विचारणं झालं?"

खरंच काय सांगू मी याला? सोहळ्याचं वर्णन? हॉल कसा सजवला होता हे? जेवणाचा मेनू? कितीजणं लग्नाला आले होते त्याचा आकडा? रांगोळी, रूखवत, मानपान... हे हे सर्व?

अजून माझ्या कानात कविताचा 'बाबा' म्हणून दबक्या स्वरात पण आर्तता पूर्णपणे जाणवेल असा मूक टाहो गुंजत आहे. हा टाहो याच्यापर्यंत पोहोचणार आहे? चित्राला कळणार आहे का, की तिने तिच्या मुलीच्या आयुष्यातला एक सुखद क्षण हिरावून घेतला आहे?

विभक्त होणारे आई-वडील. मला त्या सर्वांना विचारावंसं वाटतं – विभक्त होऊन सुखात आहात? ज्यांच्या मुली आहेत, त्यांनी आक्रोशच करायचा का? वडिलांजवळ असतील तर आईसाठी आणि आईजवळ असतील तर वडिलांसाठी. अशीही घरं किंवा मुलं असतील; ज्यांना या विभक्तीमुळे काहीच फरक पडत नसेल. पण जिथे फरक पडतो अशा ठिकाणी? आई-वडील कुणीच शांत नाही. तरीही स्वत:चे 'स्व' त्यांना त्यांच्या पार्टनर्सपेक्षा जास्त प्रिय आहेत. स्वत:चं स्वातंत्र्य जास्त प्रिय आहे.

हणम्याच्या उत्सुक चेहऱ्याकडे बघता बघता मला अचानक वपुंची 'पपा' कथा आठवली. ती आश्रमांतून घरी आणलेली पोर. 'पपाऽऽ' म्हणून टाहो फोडते, तेव्हा आश्रमातले गुरुजी तिला सांगतात. 'नाही बेटा, आता तुझी हाक तुझ्या पपांपर्यंत नाही पोहोचणार. ते फार दूर निघून गेलेत. फार दूर...'

कवि, तुझा टाहोही असाच. तुझ्या बाबांपर्यंत नाही पोहोचला गं.

"'वपु, मुलीने केलेला आक्रोश, फोडलेला टाहो ऐकू न येण्याकरता 'पपा' स्वर्गवासी व्हायला हवेत असं नाही. इथे शंभर-सव्वाशे पावलांच्या अंतरावर असलेल्या बापाला त्याच्या मुलीने त्याच्या नावाने फोडलेला टाहो नाही ऐकू आला. बाप असूनही ती पोरकीच राहिली... पोरकीच..."

"सांगतोस ना? मी मंगलाष्टकं ऐकली आणि..."

मघाशी कविताचा बाप झालो होतो, आता गद्गदणाऱ्या हणम्याला कवेत घेतलं आणि बापाच्या मायेने त्याला थोपटत राहिलो... किती तरी वेळ...

■

सहेलियोंकी बाडी

मंत्रमुग्ध झाले होते. काश्मीरला निसर्गाची उधळण बघितली होती. इथे मानवाने पाषाणात जिवंत केलेली कलाकुसरीची उधळण बघत आहे. किती वर्षं, किती पिढ्यांनी अहोरात्र मेहनत घेतली असेल? याचा हिशोब इथे नाही. कुठलाही कलाकार जे काही निर्माण करतो तिथे स्वत:ची छोटीशी का होईना पण स्वाक्षरी करतोच करतो; पण इथे त्या असंख्य कलाकारांचं साधं नावनिशाणही नाही. बापू म्हणायचे तसं, 'हा खरा कर्मयोगी!' 'नावात काय आहे?' असं म्हणता म्हणता 'नावातच सर्व काही आहे' इथपर्यंतचा प्रवास झालाय, हे त्या कर्मयोगींच्या गावीही नाही. आपण काय निर्माण करून ठेवलंय, हे त्यांना ज्ञातही नाही.

या 'सहेलियोंकी बाडी'मधे आल्यापासून सतत हेच विचार मनात येत आहेत. फक्त इथेच कशाला? हा प्रश्नही सतावतो आहे. राजस्थानात आल्यापासून मानवनिर्मित असे असंख्य राजवाडे, दिलवाडा मंदिर हे सारं बघून मी मुंबई कधीचीच विसरले आहे. पण सर्वांत जास्त भुरळ पडते ती या 'सहेलियोंकी बाडी'ची.

गाईड आणि सहप्रवासी कुठेतरी गायब झालेत. ते गायब झालेत का मीच हरवले!

हा पाण्याचा हौद! हौद म्हणायचं याला? हा तर स्वीमिंग पूल. आता कोरडाठणक आहे. मधे कारंजीही आहेत, पाण्याची वाट बघत! हे सहा हौदाच्या बाजूने असलेले महिरपी चौथरे. बसलेच एका चौथऱ्यात. समोर चहुबाजूंनी प्रशस्त वाडा. कसं असेल त्या काळाचं वातावरण? त्या काळचे लोक? त्या काळचे राजे आणि राण्या?

"तुला माहीत नाही?"

मी दचकले. आजूबाजूला कुणीच नव्हतं.

"घाबरलीस?"

"कोण आहे?"

"इथे, तुझ्याजवळ. मी आहे."

मी वळून बघितलं. साज-शृंगाराने नखशिखांत नटलेली, राजस्थानी पेहरावांत, घुंघट घेतलेली एक स्त्री! मी पुन्हा दचकले.

"घाबरू नकोस."

"तुम्ही... तुम्ही कोण?"

"बघ जरा निरखून मला. पटते का बघ ओळख."

"तुम्ही उगीचच मला कोडी घालू नका. इथे राजस्थानी पेहरावातले फोटो काढण्यासाठी आला असाल तर फोटोग्राफर त्या गाईडबरोबर आहे. तुम्ही त्याला शोधा आणि घ्या काढून फोटो. मला निवांत बसायचं आहे इथे."

"जराही बदलली नाहीस."

"हे बघा..."

"तूच बघ ना. माझा घुंघट काढू का? म्हणजे ओळखशील."

"काढा."

"ओळखलंस?"

मूर्तिमंत लावण्य कशाला म्हणतात, हे मला पहिल्यांदाच समजलं. मी स्वत: एक स्त्री असूनही या लावण्याच्या अक्षरश: प्रेमात पडले. इतकं निरागस सौंदर्य? इतकं तेज? काय वापरत असावी ही? लॅक्मे, रेव्हलॉन, पॉंड्स? भल्या भल्या कंपन्यांच्या सौंदर्यसाधनांना आणि ती साधनं वापरणाऱ्यांना, जाहिरात करणाऱ्या मॉडेल्स्ना फीट येईल असं अस्सल, पारदर्शक, स्वच्छ सौंदर्य! बापरे?

"तू गप्प का?"

"तुम्हाला बघितल्यावर कुणीही..."

हे तिचं हसणं की झुळझुळत जाणारं पाणी? की की... छे उपमा पण मेल्या धड सुचत नाहीत.

"मला खूप आनंद झाला गं तुला बघून. मग रहावलंच नाही म्हणून आले भेटायला."

"तुम्ही मघापासून मला अगं तुगं करत आहात. म्हणजे खरंच आपली ओळख असणारच. पण सॉरी... मला तुम्हाला या आधी भेटल्याचं आठवतच नाहीये. तुम्ही कुठल्या सिनेमांत वगैरे..."

पुन्हा हिचं आपलं ते झुळुझुळु का कसलं छानसं हसणं. मी झाले कावरीबावरी. काय करू तेच सुचेना. हसता हसता ती गंभीर झाली.

"तू मला ओळखणं खरं तर शक्य नाही, कारण मी कुठल्याही सिनेमात किंवा जाहिरातीत वगैरे काम केलेलं नाही. मी तुला ओळखते कारण मी तुला विसरलेच नव्हते कधी. तूच तर माझी एकुलती एक खरी मैत्रीण होतीस. हो होतीस. मी

महाराणी रती. या राज्याची राणी. महाराजांची सर्वांत प्रिय अशी. आपण सख्या होतो.''

''तुम्ही हे काय सांगताय? मी... मला...''

''काहीच कळत नाहीये. असंच तुला म्हणायचं आहे ना?''

''हो... म्हणजे...''

''मी सांगते तुला सर्व काही. तुझ्याजवळ वेळ आहे ना?''

माझ्या नकळत माझ्याकडून होकार गेला.

''पाचशे वर्षांपूर्वीची हकीकत सांगते तुला.''

''काय? पाचशे वर्षांपूर्वी मी तुमची मैत्रीण होते?''

''हो...''

''अशक्य.''

''खरंच.''

''तुम्ही म्हणता तुम्ही पाचशे वर्षांपूर्वी महाराणी होतात. आणि आजही तेवढ्याच तरुण, सुंदर...''

''तू घाबरू नकोस. मला देहरूपाने मरण निदान साडेचारशे वर्षांपूर्वीच आलं.''

''मी... मी जाते.''

''मी भूत नाहीये.''

''मी जाते.''

''थांब गं! अशी जाऊ नकोस. इतक्या शतकांनी भेटतेस. मी तरी किती गं एकटी राहू? प्रथमच इतक्या कालावधीनंतर गप्पा मारायला, बोलायला मिळतंय. थांब ना गं?''

ही महाराणी का कोण ती चक्क रडते आहे? मनाची द्विधा मन:स्थिती झाली आहे. काय करू? भीतीही वाटते आणि उत्सुकताही. तो गाईडही दिसत नाहीये.

''गाईड कशाला हवा? मी आहे ना. संपूर्ण महाल फिरवून दाखवेन. प्रत्येक कानाकोपऱ्यातले घडलेले प्रसंग सांगेन. तू जी सोबत दिली होतीस तेही सांगेन. माझ्यासारखी गाईड मिळणं शक्यच नाही.''

हा काही जादूटोणा तर नसेल ना? ही मनातलं ओळखते.

''मला सर्व गोष्टी कळतात. सर्व काही ओळखता येतं. म्हणूनच तर मी तुला ओळखू शकले. तुझा चेहरा, अंगकाठी पूर्वीपेक्षा खूप वेगळी असूनही.''

''आता 'आत्मा' वगैरे म्हणणार असाल.''

''म्हणू कशाला? आहेच. आत्म्याचीच ओळख आहे. मग येतेस ना माझ्याबरोबर महाल बघायला?''

मी नकळत चालू लागले तिच्याबरोबर.

"माहिती सांगता ना?"

"हो. सांगते."

ती नावाप्रमाणे 'रती'च होती. असं लावण्य... जे शब्दातीत आहे. चाल ही अशी जिला 'गजगामिनी'ही म्हणून भागणार नाही. अजून काही जास्त चांगली उपमा हवी. पण मी काय उपमा देणार? सरकारी नोकर मी. साधीशी गृहिणी. रोज ट्रेन-बसने प्रवास करत मुक्काम गाठायचा. दिवसभर कुंद वातावरणात पिवळ्या पडलेल्या कागदांवर खर्डेघाशी करायची आणि संध्याकाळी पुन्हा तसाच प्रवास करत घर गाठायचं. या सर्व वणवणीत कसला आलाय रसगंध? इथे मिळतो तो फक्त घामाचाच दुर्गंध! कशी जोपासायची रसिकता? या असल्या मळकट वातावरणात?

"हा महाल बघ."

तिने एका मोठ्या महालात मला नेलं.

"हा महाल तर कायम बंद असतो असं मघाशी गाईड म्हणाला."

"त्याचं बरोबर आहे. इथे कुणालाही प्रवेश नाही. पण मी आहे ना तुझ्याबरोबर. म्हणून तू येऊ शकतेस!"

"बाप रे! केवढा मोठा... आणि किती सुंदर..."

"इथे आपण कवड्या खेळत असू."

"कोण? मी?"

"हो... तू आणि मी."

"छे!"

"तुला खोटं वाटतंय?"

"खोटं असं नाही. पण शंका..."

"ये. आपण दुसऱ्या महाली जाऊ."

"हा... आरसे महाल!"

"हो. महाराजांनी माझ्यासाठी तयार केलेला. चहुबाजूंनी माझं प्रतिबिंब दिसावं म्हणून."

"महाराज..."

"महाराज राजवर्मा."

"हो. ऐकलंय हे नाव मी. आठवलं, महाराणी रती. ज्यांनी जोहार केला. मोगलांनी स्वारी केली. महाराज राजवर्मांनी पराक्रमाची शर्थ केली; पण ते पराजित झाले. त्या लढाईतच ते मरण पावले. महाराणी रतीच्या सौंदर्याची ख्याती सर्वत्र पसरलेली होती. मोगल सम्राटाला महाराणी रतीला कह्यात करायचं होतं म्हणून त्याने ही लढाई केली. महाराज पराजित झाले, ठार झाले हे समजल्यावर महाराणी रतीने राजवाड्याच्या तळघरात स्वत:ला दहन करून घेतलं... महाराणी रती...

आजही तिची गोष्ट सांगितली जाते.''

''नको... नको त्या आठवणी. नको उच्चारूस तो सर्व इतिहास. वेदना होतात मला.''

''मी चुकले.''

''चूक तुझी नाही गं! मी स्वत:सुद्धा त्या इतिहासातच आहे अजून. मुक्ती मिळत्त नाहीये ग. आज तू दिसलीस. ओळख पटली. माझी सखी. प्रिय सखी मीनाक्षी. तुझं नाव होतं ते. तुझ्या संगतीत हा काळ मजेत जावा अशी माझी इच्छा आहे. तू सर्व काही तेव्हाच विसरणं स्वाभाविक आहे. मी तुला सांगते सर्व काही. आपण पूर्वीसारख्या हसू-खेळू, चालेल?''

माझी भीती, शंका सर्व काही दूर झाल्या. कुठला तो जुनापुराणा माझा जन्म. त्यात मी मीनाक्षी होते. पण त्याचा कशाला विचार करू? या सौंदर्याबरोबर रहायला मिळणार हा आनंद जास्त मोलाचा.

''हे गवाक्ष बघितलंस?''

जाळीदार खिडकी, सुंदर कोरीव नक्षीकाम. सुरेखच. त्या मोठ्ठ्या खिडकीला एक छोटासा झरोका होता. बाकी सर्व नक्षीने व्यापून टाकलेला भागच होता.

''या गवाक्षातून जो समोरचा सभामंडप दिसतोय तिथे दरबार भरायचा. मला दरबार बघायचा असेल तर तो मी इथून बघत असे.''

''इथून? या छोट्याशा खिडकीतून?''

''हो.''

''असं का? शिवाजी महाराजांच्या वेळेस किंवा त्यानंतरही राणी आणि तिच्या सहचारिणींना बसायला वेगळा मंडप असायचा; पण त्यांना मोकळीक असायची. गॅलरी... म्हणजे आता तुम्हाला कसं सांगू गॅलरी म्हणजे काय ते?''

''मला माहीत आहे. माळा असतो ना? तसा काहीसा भाग म्हणजे गॅलरी. अशी आश्चर्याने बघू नकोस. मी इथे युगानुयुगे रहाते. तुझ्यासारखी लाखो-करोडो माणसं आत्तापर्यंत इथे येऊन गेली असतील. ही 'सहेलियोंकी बाडी' प्रेक्षणीय स्थळ म्हणून दाखवलं जातं. लाखो माणसं, त्यांचं बोलणं, ते शब्द सतत कानांवर पडतात माझ्या. आताशा तर ते संभाषण ऐकून ऐकून माझी भाषाही बदलून गेली आहे. नाही तर त्या काळात... आप... आपण... हम... आम्ही अशी - या तऱ्हेची राजेशाही, आदरयुक्त भाषा बोलत असू. पुष्कळ वेळा तर काही बोलतच नसू.''

''का?''

''तेवढं स्वातंत्र्य नव्हतं आम्हाला. माझे विचार, माझी मतं कधी विचारली गेली नाहीत. तशी पद्धतच नव्हती. महाराजांचं दिल बहलवणं, नटूनसजून बसणं एवढंच काम माझं. या गवाक्षांतून अनेक न्याय-निवाडे बघितले, ऐकले. काही वेळा तर

ओरडून सांगावंसंही वाटलं की 'न्याय नाही, हा अन्याय होतोय...' पण या गवाक्षांतून एक नजर जेमतेम पोहोचू शकायची. या सुंदर कोरीव पण दगडांच्या भिंतींनी कधी माझा आवाज तिथपर्यंत पोहोचू दिला नाही.''

"महाराणी...''

"चल...''

"हा माझ्या प्रसाधनाचा महाल! त्या काळी हा महाल भरजरी वस्त्रांनी भरलेला असायचा. दागदागिन्यांच्या राशींनी पेटारे भरलेले असायचे. आमच्यानंतर इथे कोण कोण येत गेले आणि ऐदी जीवन जगत राहिले. महाराजांनी पराक्रम करून मिळवलेलं धन लुटत राहिले, उपभोगत राहिले. मग पुढे कुणी हार पत्करली, कुणी हाताला लागेल ते लुटून घेऊन गेले.

"या महालात तुझी माझी मैत्री खुलली. या राजवाड्यातल्या चंदा दासीची तू मुलगी होतीस. चंदामाँना कुठेही, कसंही वावरायला बंदी नव्हती. त्यांनीच महाराजांना लहानाचं मोठं केलं होतं. चंदामाँचा अधिकार खूप मोठा होता इथे. तू त्यांची कन्या म्हणून तुझेही लाड व्हायचे.''

मी एका दासीची मुलगी होते? कसंतरीच वाटलं हे ऐकून; पण लगेचच विचार करायला लागले. या राजवाड्याचं ऐश्वर्य मी उपभोगलंय! मी इथे लाडात वाढले. इतकी लाडात वाढले, शिवाय या महाराणींची सखीही होते. लाडाची, प्रिय अशी. काही वेगळंच वाटायला लागलं मला माझ्याबद्दल. खरं, खोटं, भ्रम? या भावना मनातून पार हद्दपार झाल्या. आता विश्वास वाटू लागला कारण सर्व इतर ठिकाणांपेक्षा मला या सहेलियोंकी बाडीचीच भुरळ पडली होती. खरंच असं काही असतं का? पूनर्जन्म - आत्मा वगैरे?

"मी लग्न होऊन या राजवाड्यात आले आणि बंदिस्तच झाले.''

"बंदिस्त?''

"हो, बंदिस्तच. राण्यांना सर्वांसमोर यायची मुभा नव्हती. आणि राजवाड्याबाहेर जायचीही मुभा नव्हती. कधी काळी सणानिमित्त बाहेर जायला मिळायचं तेही मंदिरात – देवदर्शनासाठी. पालखीतून. भोये ठरलेले असत. ते मान खाली घालून उभे असत. परदा घेऊनच बाहेर पडायचं. इकडे-तिकडे बघायचं नाही अशी खानदानी पद्धत होती. एकदा एका भोयाने गुस्ताखी केली. महाराणी रतीच्या सौंदर्याची कीर्ती त्याने ऐकली होती. एकदा तरी परदानिशी का असेना पण हे सौंदर्य बघायची त्याची प्रबळ इच्छा त्याला शिक्षेला पात्र ठरली.''

"काय झाली शिक्षा त्याला?''

"तुला ऐकवेल? त्याचे डोळे फोडले गेले!''

"काय सांगताय?''

"हो. सर्वांसमक्ष त्याला ही शिक्षा दिली गेली. त्याच्या किंकाळ्या आजही या खालच्या सदरेवर घुमत असतात. ते दृश्य बघून तू तर मूर्च्छित झाली होतीस."

"पण का हे असं? केवढं क्रौर्य?"

"क्रौर्य तर खरंच."

"तुम्ही ते शांतपणे बघितलंत? विरोध नाही केलात?"

"स्त्रियांना त्या काळात कधी कुठलं स्वातंत्र्य होतं का? माझी विचार करण्याची शक्ती मी बंद पेटीत कुलुपबंद करून ठेवली होती. ही पेटी उघडली जायची ती फक्त तुझ्यासमोर. तेही आपण दोघीच असू तेव्हा."

"राजेसाहेबांना त्या क्रौर्यात कुठला पुरुषार्थ वाटला?"

"आपल्या लाडक्या राणीला परपुरुष बघतोच कसा? या विचारांनी त्यांना असं कृत्य करायला भाग पाडलं. तेव्हा सर्व असंच व्हायचं. तेव्हाची रीतच होती तशी. म्हणून तर मला रिझवण्यासाठी सर्व सहेलींना इथे बोलावलं जायचं. या हौदात रंगीबेरंगी पाण्याची कारंजी उसळत असायची. आपण सर्वजणी जलक्रिडा करायचो. राजेमहाराज या समोरच्या चौथऱ्यात बसून आपली जलक्रिडा बघायचे."

"जलक्रिडा बघायचे?"

"हो."

"परपुरुषाने तुम्हाला बघितलं तर त्याचे डोळे फोडले गेले आणि महाराज तुमच्या इतर अनेक सहेलींना जलक्रिडा करताना बघायचे - तर त्यांना शिक्षा नाही?"

"काय विचारतेस? हे तुला शोभत नाही."

"हे महाराजांना शोभलं नाही."

"आता तुला असं वाटतंय पण त्या वेळी, त्या काळात किंवा त्या जन्मात तुलाही त्यात काही गैर वाटलं नाही."

"अशक्य, जन्म कुठलाही, कोणत्याही काळातला असो, माझं मत हेच असणार..."

"हा वादाचा विषय होतोय. जाऊ देत. पुढलं काही बोलण्यात आणि दाखविण्यात काही अर्थ नाही."

"चुकले मी. चला, मला तुम्हाला दुखवायचं नव्हतं. अनवधानाने बोलून गेले, चला ना!"

"चल, हा महाल बघितलास?"

एका महालाचं दार करकर आवाज करत उघडलं. महालात कुंद वातावरण होतं. बऱ्याच दिवसात हा महाल कुणी उघडला नसावा.

"हा तुझा साजशृंगार करण्याचा महाल. हे पेटारे तुझेच. माझी सखी म्हणून महाराजांनी तुला हे पेटारे भरून वस्त्रं, दागिने दिले होते."

“मी एवढी नटायची?”

“हो, माझी सखी शोभायला नको?”

“खरंच?”

“तू होतीसच तशी. साथ देणारी. जीव लावणारी. जीवाला जीव देणारी.”

“हे इथे कोपऱ्यात काय आहे?”

“हे आसन! आठवत नाही ना तुला? या आसनावर पश्मिन्याचा भरजरी तकिया असायचा. या आसनाला चक्रं आहेत. मला ज्या वस्त्रांनी आणि जेवरादनी सजवलं जायचं त्याचं वजन एवढं असायचं की मला चालता यायचं नाही. या आसनावर मला बसवलं जायचं आणि तुझ्या संगतीने चार दासी हे आसन ढकलत ढकलत मला महाराजांच्या शयनगृहात घेऊन जायच्या.”

“या दालनातून त्या दालनात जाण्यासाठी ही व्हीलचेअर!”

“काय म्हणालीस? काय आहे की आता बरेचसे नवीन शब्द कळतात मला. बोलताही येताहेत बघ आज. पण हा शब्द अगदी नवीनच ऐकला. तू बोललीस तो शब्द जरा...”

“व्हीलचेअर! आजारी माणसांसाठी या तऱ्हेच्या खुर्च्या-आसनं आम्ही हॉस्पिटलमध्ये त्याला एका खोलीतून दुसऱ्या खोलीत नेण्यासाठी वापरतो. किंवा अपंग माणसांसाठी याचा वापर होतो.”

“हॉस्पि... काय?”

“हॉस्पिटल... जिथे आजारी माणसांना दाखल करतात, रहायला देतात आणि डॉक्टर म्हणजे वैद्य त्यांची तपासणी करतात आणि उपचार करतात.”

“त्यांच्यासाठी ही अशी आसनं वापरतात?”

“नाईलाज असेल तरच. जी आजारी माणसं स्वत: चालू शकत नाहीत अशांसाठी. अपंगांना तर इलाजच नसतो. अशाच आसनांच्या आधारे त्यांचा प्रवास होत असतो.”

“मी कल्पनाच करू शकत नाही.”

“राणीसाहेबा, तुम्ही या उत्तुंग भिंतीबाहेरचं जग बघितलेलं नाही ना म्हणून असं म्हणता आहात.”

“तशी वेळच आली नाही.”

“तुम्ही महाराणी! आणि त्या काळात अशी वेळ तुमच्यावर येण्याचा प्रश्नच उद्‌भवला नसेल.”

“तेही खरंच.”

महाराणी रती आणि मी त्या दालनातून - महालातून – बाहेर पडलो. महाराणी पुन्हा पुन्हा त्या खुर्चीकडे वळून वळून बघत होत्या.

एका मोठ्या बागेपुढे आम्ही उभ्या होतो. फुलझाडं सुरेख फुलली होती. बागेच्या मध्यभागी झोपाळा होता. समोर गाईड माझ्या सोबतच्या पर्यटकांना काही तरी सांगत होता. त्याने टाळ्या वाजवल्या आणि फुलझाडांना लागून असलेल्या पाईपातून पाण्याचे फवारे उडू लागले. सर्व झाडं त्या फवाऱ्यात न्हाऊन निघत होती.

"महाराजांनी त्या काळात इथे सुंदर वृक्षारोपण केलं होतं. तऱ्हेतऱ्हेची फुलं, फळं, त्या वृक्षांवर वास्तव्य करणारे तऱ्हेतऱ्हेचे पक्षी. शानच होती ही बाग म्हणजे. मधल्या काळात इथे कुणी फिरकलं नाही. इंग्रज आले आणि त्यांनी सुकलेल्या बागेला पुन्हा उजाळा दिला. हे जे फवारे बघतेस, ते त्यांनीच तयार केले. वृक्ष गेले आणि ही फुलझाडं आली. इथे जो झुला दिसतोय ना तिथेच आपल्या काळीही झुला होता, नक्षीदार सुरेखसा. आता जो आहे, तो हल्लीच कुणी लावलाय."

"तो झुला काय झाला?"

"सांगू? ऐकायचंच आहे?"

"वेदना देणारं असेल तर नको."

"राहू दे."

आम्ही पुन्हा हौदापाशी आलो. चौथऱ्यावर बसलो. मला उगीचच समोरच्या वरच्या चौथऱ्यावर महाराज बसलेत आम्हाला बघत, असा भास व्हायला लागला. मी त्या चौथऱ्याला पाठमोरी होऊन बसले.

दुपार टळू लागली होती. माझी निघायची वेळ हळूहळू जवळ येत होती.

"सर्व महाल मला दाखवलेत पण तरीही काहीतरी दाखवायचं, सांगायचं राहून गेल्यासारखं वाटतंय."

"वरती बघ. तो घुमट दिसतोय?"

"हो."

"तो घुमट म्हणजे चांदण्यांची रात्र आहे."

"मी समजले नाही."

"त्या घुमटाला आतल्या बाजूने आरशांचे असंख्य तुकडे लावले आहेत. रात्रीला त्या घुमटाखाली दीप लावले जायचे. त्या दीपज्योतींची अनेक प्रतिबिंब त्या आरशात उमटायची आणि रात्र घुमटाखाली चांदनी रात होऊन जायची. मी तुला तिथे नेलं नाही. हे तुमचे गाईड पर्यटकांना कौतुकाने तिथे घेऊन जातात राजांची रसिकता आणि कल्पकता दाखवायला; पण मला तिथे नंतर कधीच जावंसं वाटलं नाही, वाटणारही नाही."

"का?"

"हा हौद आणि या पायऱ्या बघितल्यास ना? या हौदात जलविहार करता करता कुणी दासी या पायऱ्यांवर येऊन उभी राही. आधी एक, मग दुसरी... तिसरी.

जी महाराजांच्या मनात भरे ती दासी त्या वेळेला महाराजांच्या सेवेत रूजू होई.''

''काय? आणि तुम्ही?''

''मी तेव्हा महाराजांच्या सेवेसाठी अयोग्य असे. मी माझ्या दालनातल्या झरोक्यातून तुझ्या संगतीने सारीपाट खेळत असे.''

''पण...''

''हे चालायचंच गं तेव्हा. मोठमोठ्या घरांतून, राजवाड्यातून असे प्रसंग घडायचेच. त्यात काही वावगं वाटायचं नाही, कुणालाच.''

''आणि तो वरचा चांदण्यांचा घुमट?''

''फार मोठी कहाणी आहे. महाराज मोगलांशी दोन हात करण्यासाठी राजवाड्याबाहेर पडले. आपण सर्वजणी या बाडीत होतो. रोज काही ना काही बातम्या कानांवर येत होत्या. महाराज आणि सैनिकांनी शिकस्त केली. अखंड बावीस दिवस संग्राम चालू होता. सर्व दासी, तू, मी या बाडीत देवाची प्रार्थना करत दिवस घालवत होतो. तुझं लग्न महाराजांच्या प्रिय दासाशी महिन्याभरापूर्वीच झालं होतं. त्याचं नाव समशेर बहाद्दर होतं. तो नावाप्रमाणेच होता. तोही या संग्रामामध्ये महाराजांच्या बरोबरीने आघाडीवर होता. सांजवेळ सरली होती. इतर वेळेला तुम्हा सर्वांच्या हसण्या-खिदळणाऱ्या या बाडीत शांतता वास्तव्य ठोकून होती. सगळी बाडीच सुनसान भासत होती. आणि खबर आली 'समशेर बहाद्दर ठार झाला.' तुला दु:खाचा आवेग आवरेना. तू वेडीपिशी झालीस. 'समशेर नाही तर मी जगून काय करू?' असं म्हणत वरच्या घुमटाकडे धावत सुटली. तुला आवरताच येत नव्हतं. तुझ्यामागोमाग मी वर पोहोचले. पण उशीर झाला. घुमटातल्या तेलाच्या दिपमाळा शिरस्त्याप्रमाणे तेवत होत्या. एक संपूर्ण दीपमाळ तू तुझ्या अंगावर ओढवून घेतलीस. क्षणात पेट घेतला. घुमटातल्या आरशात सूर्य उगवल्यासारखा दिसत होता. तू 'समशेर, मी पण येते तुला भेटायला...' असं म्हणत कोसळलीस. तेव्हापासून त्या घुमटात कधीच चांदण्या लखलखल्या नाहीत. वैशाख वणवाच पेटलेला राहिला.'' मी सुन्न झाले. माझ्यात स्वत:ला जाळून घेण्याइतकी ताकद होती. आत्ता महिन्याभरापूर्वीच तव्यावर पोळी टाकताना तव्याची कड लागली आणि हातावर एक चटका उठला तर केवढी कळवळले होते, ओरडले होते.

''घुमटात जाताच आलं नाही मला कधी. घुमटातच कशाला? कुठेच जाता आलं नाही. महाराजांनी भरपूर प्रेम, मान-सन्मान दिला मला; पण एक सजवलेली, नटवलेली सुंदर बाहुली होऊन राहिले. कुठलंही कर्तृत्व केलं नाही, पराक्रम केला नाही. या दालनातून त्या दालनात फक्त मिरवले. घुसमट व्हायची. बाहेर पडावं, मोकळेपणी हिंडावं. हे दागदागिने, ही भरजरी वस्त्रे काढून फेडून टाकावी. हलकंसं साधं वस्त्र ल्यावं आणि जगभर हिंडावं, माणसं बघावी, सृष्टी अनुभवावी. या सोनेरी पिंजऱ्यातून सुटावं

आणि सर्वसामान्य आयुष्य जगावं. नाही जमलं. तेव्हाही आणि आत्ताही.''

''आत्ताही? का? आता तर तुम्ही बाहेर पडू शकता, कुणीही अडवणारं नाही.''

''अडवणारं? आहे. आत्ताही पाश आहेतच. वयाच्या बाराव्या वर्षी विवाहबद्ध होऊन आले ती वयाच्या चाळीशीपर्यंत या बाडीत राहिले. सतत एकच समजावलं, बजावलं गेलं, 'तू महाराणी आहेस आणि तुला या चालीरीतींप्रमाणेच वागायचं आहे.' ते संस्कार अजूनही माझी पाठ सोडत नाहीत. तू म्हणालीस ना मघाशी त्या आसनाबद्दल! अशी चक्र असलेली आसनं अपंग माणसांसाठी तुम्ही वापरता. मी अपंगच ग! तेव्हाही अपंग होते. माझ्या मर्जीनुसार वावरता न येणं हे अपंगत्वच ना! आणि आत्ताही अपंगच आहे. संस्कारांनी अपंगत्व आलंय. मला सुटका हवी आहे. घे हे सर्व ऐश्वर्य आणि मला तुझी स्वातंत्र्याची वस्त्रं दे.''

''मी काय करू शकते तुमच्यासाठी?''

''खूप काही. दे मला तुझं रूप. घेऊन चल बाहेर. आज तू जशी मोकळेपणाने स्वैर हिंडतेस तसं मलाही हिंडायचं आहे.''

''काय करणार बाहेरच्या जगात येऊन? जीवाला जीव देणारी माणसं भेटणार नाहीत आता. खूप बदललं आहे सर्व.''

''स्त्री-स्वातंत्र्य तर आहे? तू तुला हवं तसं वागू शकतेस ना? मलाही...''

''नाही उपयोग. हे सर्व वरवरचं आहे. सांगू? बाहेरच्या जगात काय चाललंय? ऐकणार?''

''हो, मनुष्य चंद्रावर पोहोचला. दूरदर्शन, फोन, फ्रीज यांसारखी अनेक सुखवस्तू उपकरणं आली. विमान, गाड्या, मोठी जहाजं किती बदललं. मला उपभोगायचं आहे हे सर्व.''

''तुम्हाला या उपकरणांची माहिती कशी?''

''तो तुझा गाईड त्या छोट्याशा डबीतून कुणाकुणाशी बोलत असतो. मग कुणी म्हणालं तो फोन आहे. असंच कुणी कुणी काय काय बोलत असतं. माहिती मिळत गेली. तू ट्रेनने आलीस ना? खूप दूरवरून फक्त चार प्रहरांत पोहोचलीस ना इथे? पूर्वी तीन-चार महिने लागत महाराजांना घोड्यावरून इतकं अंतर काटायला.''

''हो, हे सर्व आजच्या जगात आहे. जग वेगवान झालंय. सर्व गोष्टी प्रत्येकाला अगदी लगेचच हव्या आहेत. सर्वांना घाई झाली आहे. कुठून तरी निघायची, कुठे तरी पोहोचायची. या जगात शांतता नाही, स्थैर्य नाही. आनंदही ओरबाडून मिळवला जातो.''

''असं का म्हणत्येस?''

''इतकंच नाही तर दुःख करत बसायलाही वेळ नाही. आता कुणी कुणासाठी जीव देत नाही, तर जीव घेतात.''

"हे मला पटत नाही."

"दाखले देऊ?"

"अगं, राज्य टिकावीत म्हणून शत्रूशी संग्रामामधे कामी आलेले असंख्य सैनिक! राज्य टिकली ती त्यांच्याच जोरावर. इंग्रजांना पळवून लावणारे. त्यासाठी हसत हसत फासावर चढणारे कमी का होते? आणि आमचा राणा प्रताप! 'आमचा' हा शब्द चुकला. 'आपला' म्हणायला हवं."

"आहेत, अशी असंख्य नावं आहेत. पण या सर्व नावांचा उपयोग फक्त जयजयकार करण्यापुरताच राहिला आहे. यांची चरित्रे आहेत. यांच्यावर अनेक चित्रपटही निघालेत. तीन तास 'टाईमपास' आणि त्यातल्या कलाकारांची वाखाणणी करणं एवढंच त्या चित्रपटांचं श्रेय."

"काही बोध घेतला जात नाही?"

"घेतला जात असेलही, पण त्यावरून कृती मात्र केली जात नाही."

"मला बघितलंच पाहिजे हे जग. तू म्हणतेस ते खरं असेल तर बघायलाच हवं. ही अधोगती आणि हा समाजातला पळपुटेपणा का? हे जाणून घेण्यासाठी या महालाबाहेर, या बाडीबाहेर पडायलाच हवं."

"नको, तुम्ही इथे फार सुखात आहात. हा वेडा अट्टाहास धरू नका."

"का नको? मीही या देशाची नागरिक आहे."

"होतात. आता तुम्ही कुणीच नाही आहात."

"काय?"

"हो. विसरू नका. या सहेलियोंकी बाडीच्या महाराणी आहात तुम्ही. बास. अजून कुणीही नाही."

"फार कटू बोलत्येस."

"तुमच्या हट्टापुढे... माझा कटू बोलण्यासाठी नाईलाजच झाला आहे. हे आत्ताचं जग पूर्वीचं – पूर्वीसारखं राहिलेलं नाही. हे मी तुम्हाला परत परत सांगत्ये. ज्या ट्रेनचं तुम्हाला कौतुक वाटलं, सांगू? याच ट्रेनमध्ये काही महिन्यांपूर्वी काय झालं? राजरोसपणे दिवसा-उजेडी एका नवविवाहित तरुणीवर तिच्या नवऱ्यासमोर आणि अनेक इतर प्रवाशांसमोर चार पुरुषांनी बलात्कार केला."

"काय सांगत्येस?"

"सत्य आहे. दुसऱ्या दिवशी वर्तमानपत्रांत ठळक काळ्या अक्षरांत ही बातमी छापून आली. बलात्कार करणारे पळून गेले. पण त्या नवविवाहितांचा संसार, संपूर्ण आयुष्य बदनाम झालं, उद्‌ध्वस्त झालं. काय केलं आम्ही? काऽऽही नाही. तो वर्तमानपत्राचा कागद 'रद्दी' म्हणून विकून टाकताना दोन-चार रुपयांची घासाघीस केली आणि रुपया जास्त मिळाला म्हणून समाधान पावलो."

"आणि त्या ट्रेनमधल्या प्रवाशांनी काय केलं?"

"काहीच करू शकले नसणार. बलात्कार करणाऱ्यांच्या हातात पिस्तुलं होती ना!"

"अशी राजरोस?"

"हो, कुणालाही मिळतात."

"आपल्या वेळेला शस्त्रागारामध्ये सर्व शस्त्र ठेवलेली असायची. संग्रामाच्या वेळेसच शस्त्रागार रिकामं व्हायचं. त्याची लेखी नोंद असायची."

"आता असं काही नसतं. वेगळा संग्राम होण्याची आवश्यकताच नाही. रोजच्या दैनंदिन आयुष्यात संग्राम होतच असतो. शस्त्रं प्रत्येकाकडे स्वतंत्रपणे असतात. ही शस्त्रं अनेक प्रकारची आहेत."

"एवढी प्रगती झालीये? आपल्या वेळेला तोफ, तलवारी, दांडपट्टा..."

"झालीये ना प्रगती."

"आणि जो सैनिक नाही. त्याच्याही जवळ शस्त्रं असतात?"

"हो, असतात ना."

"परवानगी कोण देतं?"

"स्वतंत्र देश आहे. प्रत्येक नागरिकाला स्वातंत्र्य आहे. राणीसाहेबा, प्रत्येक वेळेस तोफ, बंदूक, तलवारच हवी, असा काही नियम नाही ना! द्वेष, मत्सर, लोभ, लालसा ही शस्त्रं बरंच काम करतात. नोकरीत आपल्यापुढे कुणी जातंय तर त्याला अडवायचं हेही शस्त्रच की."

"कसं अडवणार?"

"पैसा! सर्वांत मोठं शस्त्र-अस्त्र."

"पैशांनी काय होतं?"

"काय होत नाही? अधिकार मिळतात, शिक्षणाचे दरवाजे खुले होतात, व्यवसाय वाढतो, लायकी नसताना अनेक गोष्टी होतात."

"हा तर अन्याय!"

"असं तुम्हाला वाटतं. आजकाल हीच न्यायाची भाषा झाली आहे. एवढंच कशाला? न्यायही याच रस्त्याने विकत घेता येतो."

"म्हणजे?"

"तुमच्या काळी कसं होतं? फिर्याद दाखल झाली की लगोलग आरोपीला न्यायनिवाड्यासाठी दाखल केलं जायचं. सत्य-असत्यता पारखली जायची आणि त्यानुसार दंडही लगेचच व्हायचा."

"हो, अगदी लगेचच अंमलबजावणी व्हायची. कधीकधी न्यायनिवाडा चुकायचा पण क्वचितच."

"आता वर्षोन्‌वर्षं - पिढ्यान्‌पिढ्या फिर्याद चालू रहाते. न्याय मिळायला पैसा, शारीरिक आणि मानसिक कष्ट, त्रास वर्षोन्‌वर्षं भोगायला लागतात. आणि इतकं करूनही योग्य माप पदरात पडेलच याची शाश्वती नाही. लोकं या कोर्ट-कचेरीपायी रस्त्यावर येतात. घरदार गहाण रहातं आणि दोन वेळच्या अन्नाला पारखी होतात."

"हे सर्व थांबवायला हवं. हे सर्व चुकतंय. काही तरी करायला हवं, मीनाक्षी!"

"काय करणार? कोण करणार?"

"मी नाही करू शकत काही त्याचं वाईट वाटतंय गं. पण तू... तू तर करू शकतेस?"

"मी? एकटी? काय करणार? इथे स्वत:च्या घरात चार भिंतीआड स्वत:चं मत मांडण्याचं स्वातंत्र्य नाहीये. जिथे घरात काही किंमत नाही तिथे बाहेर कोण विचारणार?"

"म्हणजे तुझी परिस्थिति माझ्यासारखीच?"

"जवळजवळ तशीच. फरक इतकाच की राणी सरकार म्हणून तुम्हाला मान मिळत असे. आमच्या नशिबी ते नाही. ही परिस्थिती माझ्या एकटीचीच नाहीये. सत्तर टक्के बायका या अशाच परिस्थितीत आजही गुजराण करत आहेत. घरासाठी त्यांनी पैसा तर कमवायला हवाच पण त्यावर त्यांचा हक्क नाही."

"मग हक्क कुणाचा?"

"घरातल्या सर्वांचा, पण जास्त करून नवऱ्याचा. बऱ्याच घरांतून तर पगाराचं पाकीट बायकोने नवऱ्याच्या हातात दिलं नाही तर बायकोला मारझोडही केली जाते. माझ्याच ऑफिसमधे अशी एक बाई आहे. हातात पगार मिळाला रे मिळाला की बाईसाहेबांचा नवरा जातो डान्स बारमधे. तिथे तो हिच्या मेहनतीचे पैसे, मेहनत न करणाऱ्या बायकांवर उधळतो. तिची दोन मुलं आहेत. ती दीनवाणी होऊन बसतात कारण त्या वेळेला त्यांची आई मुसमुसून रडत असते."

"डान्स बार म्हणजे काय?"

"दिवे लावूनही अंधार केलेलं हॉटेल असतं. मध्यभागी मुली कमीतकमी कपड्यांत नाचत असतात. पाठीमागे कुठल्यातरी सिनेमाची गाणी लावलेली असतात."

"म्हणजे... महफिल? त्यात गैर काय? राजे-महाराजही असा दरबार भरवायचेच की. तुला सांगू? लतिका नावाची सुंदर दिसणारी, गाणारी, नाचणारी कलावंत आपल्या दरबारी होती. तिची अदा, नजाकत, तिचा आर्त सूर, ती सारंगीची साथ आणि तबल्याची थाप... मोती, हिरे, माणकं उधळली जायची. सारा दरबार डोलत असायचा. तिने अखेरपर्यंत महाराजांचीच सेवा केली. खूप इमानी कलावंत!"

"आता इमान फक्त पैशांशी आहे राणीसरकार. आणि हा डान्स बार म्हणजे मैफिल नसते. ना सूर असतो ना ताल. हे कुठलं शास्त्रीय संगीत किंवा 'नृत्य' नसतं.

हा असतो 'नाच'. अश्लील हावभावांनी पुरेपूर भरलेले अंगविक्षेप. अनेक कुटुंब या पायी तुटली असतील.''

''माझा विश्वासच बसत नाही.''

''असं विश्वास न बसणारं खूप काही अजून आहे.''

''खरं?''

''हो, खरंच. भर रस्त्यात दिवसा, उघड्यावर साठ-सत्तर लोकांसमोर मुलींवर चाकूचे वार करणारा माथेफिरू इथे आहे. सख्ख्या भावाला गोळ्या घालून ठार करणारा भाऊ आहे. वयस्कर आजी-आजोबांना पैशांसाठी ठार मारणारा नातू आहे. सुपारी घेऊन कुणाचा तरी खून करणारा गुंड आहे.''

''सुपारी घेऊन? एका सुपारीची इतकी महती?''

''ती खायची सुपारी नव्हे. पैसे घेऊन ठार मारणे या कृतीला 'सुपारी' म्हणतात.''

''काहीही संबंध नसताना केवळ पैशांसाठी कुणीतरी ते देतो म्हणून कुणाला तरी मारून टाकायचं?''

''हो.''

''ही, हीच दुनिया आहे! या दुनियेत हे असं घडतंय? मग हे सर्व शोध, ही उपकरणं, ही प्रगती नाहीच म्हणजे.''

''प्रगती आहे ना. पण त्या प्रगतीच्या तुलनेत अधोगती जास्त आहे.''

''मला गरगरायला लागलंय, मीनाक्षी.''

''राणीसरकार बसा तुम्ही शांत. खरं तर मी हे सर्व बोलायला नको होतं. पण मी तरी काय करू? मी खूप दुबळी आहे. या दुबळेपणाची चीड येते. पण हतबल आहे मी. आज तुमच्याशी बोलताना खूप बरं वाटलं. निदान मनात हे काय काय साठलेलं ते तुमच्यासमोर ओतून तरी टाकता आलं. मनाचं भांडं आता रिकामं झालंय. हलकं वाटतंय. पुन्हा हे भांडं भरायला वेळ लागणार नाही. पण सुख तर वाटेल की भरण्यापूर्वी निदान मला ते रिकामं तरी करता आलं.''

''मीनाक्षी...''

''नका येऊ तुम्ही या दुनियेत. इथे सर्वच काही वाईट आहे असं नाही. पण चांगल्या गोष्टींचा ठसा फार वेळ रहात नाही. लवकर पुसट होतो. वाईट गोष्टी मात्र ठसलेल्या रहातात. मला तुमचे आभार मानायचे आहेत.''

''कशासाठी?''

''तुमच्यामुळे मला हे ऐश्वर्य बघायला मिळालं. तुम्ही मला माझ्या आधीच्या जन्माशी भेट घालून दिलीत. मला काहीच आठवत नाहीये. तरीही मी मीनाक्षी झाले, हे ऐश्वर्य उपभोगलं आणि त्याहीपेक्षा महत्त्वाचं म्हणजे मला इथे फार सुरक्षित वाटलं. ही सुरक्षितता, ही निरामय शांतता, पवित्रता आम्ही हरवून बसलो आहोत.

तुम्ही भाग्यवान खऱ्याच, आजही हे सर्व उपभोगत आहात. हा सोन्याचा पिंजरा नाहीये. या तटबंदी आहेत त्या सुरक्षिततेच्या आहेत. हे सौख्य आहे राणीसरकार, शिक्षा नव्हे...''

"मीनाक्षी...''

"निघायला हवं मला आता.''

"जायलाच हवं का गं? थांब ना. निदान आजची रात्र?''

"शक्य नाही ते. खरं तर मी जन्मभर इथे थांबायला उत्सुक आहे. आनंदाने तयार आहे; पण माझ्या पायांत अदृश्य बेड्या आहेत. आणि त्या बेड्यांच्या साखळीचं टोक नवऱ्याच्या हातात आहे.''

"मीनू...''

"निघू मी? पण निघण्यापूर्वी एकच इच्छा आहे... पूर्ण कराल?''

"सांग.''

"माझ्याबरोबर चला.''

"कुठे?''

"चला तर.''

"मी नाही येणार बरं.''

"यावं लागेल. मी मीनू ना तुमची?''

"हो आणि म्हणूनच...''

"म्हणूनच यायचं. या आणि बघा तर... हा घुमट बघा.''

"नको ग!''

"डोळे उघडा राणीसरकार. शांत, सुंदर, पांढऱ्या शुभ्र चांदण्या चमचम करत आहेत घुमटात.''

"नाही, आगीचा लोळ.''

"शांत झालाय तो. बघा... तर...''

राणी रतीने डोळे उघडले. घुमटात हसरं चांदणं चमचमत होतं.

राणी रतीच्या डोळ्यांत, ओठांत हसू फुलू लागलं.

गाईड हाक मारत होता.

मी राणी रतीला तिथेच सोडलं आणि दबक्या पावलांनी त्यांच्या नकळत खाली आले.

पर्यटक सहेलियोंकी बाडीतून बाहेर पडले. मी पाठी वळून बघितलं. बाडीचे दरवाजे दारवान बंद करत होता.

■

अल्बम

“तुला आपलं लग्न आठवतं?”

“काय विचारताय? मी आपलं लग्न कसं काय विसरेन? गेले सत्तावीस वर्षं हे मंगळसूत्र घालून मिरवत्ये, ते काय लग्नाशिवाय? रहाते इथे तुमच्याबरोबर या घरात... ते काय...”

“समजलं. लग्नाशिवाय? असंच ना?”

“मग? काही पण प्रश्न विचारत बसता.”

“अगं, मी काय म्हणतोय आणि तू काय बडबडत्येस.”

“हो, मी जे बोलते ती बडबड आणि तुम्ही नाही तो प्रश्न विचारताय, तर तुम्ही विचारवंत.”

“पोहोचलीस. नेहमीप्रमाणे गाठलंस दुसरं टोक.”

“हो... हो...”

“थांब, आता मी जरा बोलू?”

“नको म्हटलं तरी गप्प थोडी बसणार आहात? बोला.”

“तुला आपलं लग्न आठवतं?”

“हो हो हो! आठवतं, पुढे?”

“काय काय आठवतं?”

“नवरदेवाला आणायला कुणी आमच्याकडून आलं नाही म्हणून चिडलेला नवरदेव आठवतो.”

“याहून वेगळं काहीच आठवत नाही ना?”

“आठवतंय ना, सांगू?”

“सांगच. बघू तुला अजून काय काय आठवतंय?”

“होतं काय एवढं लग्नात? नवरदेवाच्या आईचे माझ्या आईने दुधापाण्याने

पाय धुतले; पण ते पुसायची विसरली म्हणून चिडलेली सासू आठवते. लग्न होऊन या घरात आले. पहिल्या मुलाचा जन्म झाला. 'घराण्याचा दीप' हसू, रांगू लागला तरीही लग्नात चिडलेली सासू हुप्प ती हुप्पच.''

''मी हे सारं नाही विचारत आहे.''

''मग? अजून काय?''

''काही वेगळं?''

''हो, आठवतं ना! जिलबीचं ताट माझ्या हातात आणि पंगतभर जिलब्या ताटात ओतत जाणारे तुम्ही. आणि हा आग्रह करकरून वाढत पंगती-पंगती फिरणारे आपण दोघं. नेमका वळणावर कुणाचा तरी धक्का मला लागला आणि जिलब्यांनी जमीन आपलीशी केली आणि पाक उडाला नेमका जाऊबाईंच्या शालूवर. झाऽऽलं. त्या क्षणापासून 'धांदरट' म्हणून उपाधी जी मिळाली ती कायमचीच झाली. कुठल्याही, कुणाच्याही लग्नात आजही जाऊबाई मी त्यांच्या महागड्या शालूवर पाक कसा ओतला, हे अगदी रंगवून रंगवून चिकटपणे सांगण्याची चिकाटी त्यांनी धरून ठेवली आहे.''

''जाऊ दे, कुठून तुला हा प्रश्न मी विचारला असं झालंय.''

''थांबा ना. अजून खूप काही आहे.''

''जाऊ दे म्हटलं ना!''

''ऐका हो, पुन्हा कशाला हा विषय काढाल तुम्ही? ऐकाच.''

''बोल बायो, बोल.''

''चिडलात?''

''थोडासा.''

''गंमत हो. त्या वेळेला किती गंभीर होते दोन्ही प्रसंग! पण आज गंमत वाटत्ये की नाही?''

''हो, वाटत्ये खरी.''

''मग?''

''ए, अजून सांग ना...''

''होमाच्या धुराने तुमचं फेंदारलेलं नाक चोंदलं होतं. काय विचित्र आवाज काढत होतात नाकातून.''

''हस हस... श्वास घेता येत नव्हता, अस्वस्थ झालो होतो. आणि माझ्या नाकाला फेंदारलेलं म्हणतेस आणि तुझं नाक काय अगदी टोकदार आहे की काय? बसक्या नाकाची कुठली?''

''आता मी बसक्या नाकाची? वा रे वा... तेव्हा तर मला, या माझ्या नाकाला तुम्ही 'मुमताजच्या नाकासारखी अपरी' असं म्हणायचात.''

"ते दिवस किती वेगळे होते नाही?"

"हो, वेगळे तर खरेच."

"तुझं हे असं नाक आजीने टोचायला लावलं होतं. लग्नात नवरी मुलगी नथीशिवाय?"

"आणि ती जडच्या जड नथ! भला जाडा मोठा नथीचा दांडा. पण सर्व वेदना सहन करत घालून बसले होते."

"त्या शालूत अगदी खुलून दिसत होतीस तू."

"कसलं ते जाडंभरडं शालूचं पोत उकडून जीव हैराण झाला होता. एवढासा हॉल. त्यात चार की सहा पंखे. तेही इतक्या वर की जणू आकाशालाच टांगले होते. त्या पंख्यांची पाती, स्वत:ला हवा मिळावी याच हेतूने आणि तितकीच फिरत होती."

"अगं, उन्हाळ्याचे दिवस..."

"सांगत होते, मे मधे नको लग्न डिसेंबरमधे करूया, पण..."

"मुहूर्त नव्हता. तुला आठवत नाहीये का?"

"होता. तुम्हाला धीर नव्हता."

"सर्व तर माहिती आहे तरीही वाद घालत्येस."

"कित्ती हाल झाले. सर्वजण नुसते घामाघूम. गर्दी, गोंगाट, चिकचिकाट. त्यात तो जडच्या जड शालू, जडच्या जड नथ, जडच्या जड..."

"समजलं. पण एवढी जडच्या जड झालेली तू पण हसत कशी होतीस? लाजत कशी होतीस, चोरून माझ्याकडे बघत कशी होतीस? हळू... हळूवार."

"खरंच..."

"बाप रे, इतक्या वर्षांनंतर... लाजलीस?"

"हं... पुरे."

"हॉल छोटा होता लग्नाचा. मान्य आहे. पण लग्नाचे मुहूर्त अनेक होते, तेव्हा हॉल मोठा मिळणं कठीणच होतं आणि खिशाला परवडण्यासारखंही नव्हतं. खर्च तुम्ही म्हणजे तुझ्या आई-वडिलांनी करायचा हे ठरलं. पण म्हणून काय झालं? त्यांची परिस्थिती कळत होती मला. तीन-तीन मुलींची लग्नं करायची म्हणजे..."

"तुम्ही – आज हे सर्व बोलताय..."

"असतं मनात असंच काहीबाही. दोन-तीन प्रसंग घडले चुकीचे. पण ते तर कुणाच्याही बाबतीत घडू शकतात. केवळ तुम्ही वधूपक्ष म्हणून तुम्हाला झापायचा अधिकार आम्हा वरपक्षाकडे. तुम्हीही आम्हाला छानपैकी धारेवर धरू शकला असता."

"का बरं?"

"विसरलीस? अगं तुम्हाला आहेर करायचं सामान ज्या बॅगेत भरलं होतं, ती बॅग घरीच नव्हतो का विसरून आलो आम्ही?"

"आठवतंय. माझ्या विधींच्या साड्या, मंगळसूत्र, आई-बाबांचे कपडे..."

"मग? तुम्ही चिडलात?"

"खरं सांगू? हो. आम्ही भरपूर चिडलो होतो. पण सांगायचं कसं? वरपक्ष ना? चिडून निघून गेला असता तर?"

"चिडायला हवं होतंत."

"असं नाही होत."

"का पण असं? वधूपक्षाने चूक केली तर वरपक्ष नाही नाही ते वाद घालणार, नखरे करणार. पण वरपक्षाने चूक केली तर त्याला सर्व माफ?"

"आपण आता आपल्या बाळ्याच्या लग्नात ही चूक करायची नाही."

"ए, आता त्याला 'बाळ्या' म्हणू नकोस हं. नाही तर लग्नघरातही सर्व त्याला बाळ्या म्हणतील."

"बरं, शमीम म्हणेन यापुढे त्याला."

"म्हणता म्हणता मोठा झाला. शिकला उत्तम. आपलं आपणच लग्न जमवलं. सर्व कसं अगदी आखल्यासारखं घडत गेलं."

"मी खरंच आनंदात आहे हो. आणि सर्व कसं अगदी मामंजी-सासूबाईंच्या डोळ्यांदेखत घडणार याचा आनंद जास्त आहे. सासूबाईंनी चार महिन्यांपूर्वी अगदी घाबरवून सोडलं होतं. वाचलो आपण. काही आक्रीत घडलं नाही."

"शमीमचं लग्न जोरदार झालं पाहिजे. आपल्या लग्नासारखं नाही."

"अऽऽरे विश्वास, ए विश्वास..."

"सासूबाई हाक मारतायत."

"चल..."

"हाक मारलीस?"

"हो."

"बोल."

"अरे, आहेराची यादी करायची होती ना?"

"हो, बरं झालं, आठवण केलीस."

"आहेर. काय काय, कुणाकुणाला?"

"सासूबाई, मी सांगते. जरा थांबा हं. वहीत सर्व लिहून ठेवलंय. वही आणते."

"मुख्य आहेर तर माहीत आहेतच. आणि त्या सर्वांची खरेदी झालेली आहे. दागिने फक्त बाकी आहेत."

“म्हणजे सर्वांत मोठी खरेदी राहिली आहे.”

“कशाला हवेत ते दागिने? डेड इन्व्हेस्टमेंट!”

“बाबा, घ्यायला लागतात.”

“आणि घेणार आहेस कसे?”

“केली आहे सोय.”

“कर्जच ना?”

“हो.”

“अजून वाढवा बोजा.”

“अहो... तुम्ही उगीचच डोक्यात राख घालू नका. बोजा काय म्हणताय? दोघंही. नाही तिघंही कमवती आहेत. तुम्ही नका काही...”

“हो, कमवती आहेत. म्हणून सर्व पूंजी...”

“तुम्ही जरा फिरून या बघू...”

“आई... नको. बाबांना बोलू देत. त्यांचंही मत घ्यायला हवंच ना!”

“नुसतं मत घेऊन उपयोग काय? त्याप्रमाणे वागणार आहात का?”

“तुम्ही सांगा तर!”

“आता पूर्वीसारखे दिवस राहिले नाहीत. महागाई वाढली. अगदी जीवनावश्यक गोष्टींपासून ते सुखावह गोष्टींपर्यंत. पैशाला किंमत राहिली नाही. म्हणून जपून खर्च करा. आवश्यक असेल तेवढाच.”

“पटतंय, बाबा. आम्ही विचार करतो.”

“विश्वास, अहो...”

“ऐकतोय.”

“बाबांचं म्हणणं काय आहे, ते समजलंय ना?”

“हो, त्याचाच विचार करतोय.”

“शमीमशी बोलायला हवं.”

“उपयोग होणार नाही.”

“सर्वजण एकत्र बसून निर्णय घेऊ.”

“बघू, पत्रिका बघायला जायला हवंय. येतेस ना?”

“आलेच तयार होऊन. कुठल्या दुकानात जायचंय?”

“ ‘मुहूर्तम्’मध्ये जाऊ.”

“ठीक.”

“तुम्ही असे डोक्यात राख घालून घेत जाऊ नका सारखे. तुमचा राग बघितला की माझा जीव वरखाली होतो.”

“रागावू नको? ही - ही अशी पैशांची चाललेली उधळण नुसती बघत बसू?”

"तुम्हाला उधळण वाटते, पण विश्वासला, शमीमला..."

"शमीमचं राहू दे. पण विश्वास कसा काय बदलला एवढा?"

"मुलासाठी..."

"आपले वडील बदलले आपल्यासाठी? कसं झालं आपलं लग्न?"

"अगदी पारंपरिक आणि थोडक्यात."

"मग? सुखी आहोत ना तरीही?"

"अहो..."

"वा! काय लग्न होतं आपलं? तुझं गावातलं घर..."

"हो, मला आठवतंय. साधंसं पण सुरेख. अंगण, ओटी, पडवी असलेलं, सारवलेलं."

"त्या अंगणात आपलं लग्न लागलं."

"केवढं मोठं वऱ्हाड होतं. पण मावलं. गावातल्या सर्वांनी हातभार लावला. नाम्या सनई काय सुरेख वाजवायचा. अगदी आनंदाने आला वाजवायला."

"कुठला डामडौल होता?"

"खरंच, तसा काहीच नव्हता."

"मग? तरीही सर्व व्यवस्थित झालं ना? अंगत-पंगत, रांगोळी, बटाटा अर्धा कापून त्यामध्ये खोचून ठेवलेल्या उदबत्त्या! झकास बैठक मारून केळीच्या पानांवर सजवलेले पदार्थ पाहुणे ओरपत होते. हाऽऽ आग्रह आणि पैजा लावल्या गेल्या होत्या."

"बुंदीचे लाडू खायचे म्हणजे किती? संपूर्ण जेवल्यावर बेचाळीस लाडू? तुमचे नाना म्हणजे अगदी अर्क होते."

"अगं, त्या वेळेचे लोक, त्यांची पचवण्याची क्षमता होती तेवढी. अंगमेहनत असायची. पचणारच अन्न! आत्तासारखं नाही. चार पावलं टाकली की लागले पाय दुखायला..."

"पण नाना..."

"गरीब होता. शेतावर काम करायचा. तिथेच रहायचा. गेला बिचारा. जनावर चावलं आणि तडकाफडकी गेला."

"हो... आठवतंय मला."

"पण कामाला नुसता वाघ होता वाघ! तुमच्या मागच्या अंगणातल्या विहिरीतून पन्नास-साठ बादल्या ओतल्या त्याने न थांबता - अख्ख्या वऱ्हाडाला अंघोळ घातली होती त्याने. काय 'माणूस' होता!"

"सासरच्या बाजूचा म्हणून बाप्पांना कोण संकोच वाटत होता. बाप्पा किती वेळा त्याला सांगत राहिले 'तुम्ही पाहुणे मंडळी, ही कामं तुमची नाहीत. आम्ही

आहोत ना!' तरी नाना हटले नाहीत हो. खरंच अशी माणसं हरवली... ती हरवलीच."

"म्हणूनच सांगतोय. आता पूर्वीसारखं काही राहिलं नाही. आता माणसाला माणसाची पारख नाही राहिली. पारख राहिली आहे ती फक्त पैशांची. आणि तोच जपायला हवा. आणि तुम्ही सर्व मिळून तो उधळण्याचा चंग बांधत आहात."

"झाऽऽलं. सर्व गाव चाळीस-पन्नास वर्षं फिरून आलात ते पुन्हा मूळ पदावर येऊन थांबलात."

"पटतील, तुम्हाला माझे हे विचार आज ना उद्या पटतील. खेद वाटतो तो एवढाच की जेव्हा पटतील हे विचार तेव्हा उशीर झाला असेल."

"भरल्या घरात कशाला असे उद्‌गार? वास्तू 'तथास्तू' म्हणत असते."

"म्हणूनच सांगतोय ते ऐका. कर्ज काढून सण साजरा करू नका. हा बडेजाव, देखावा नको. आपण लग्न आपल्या सुखासाठी, आनंदासाठी करतो. लोकांना दाखवण्यासाठी नाही. चार दिवस लोक स्तुती करतील, 'वा... वा... काय लग्न केलं. काय जेवण होतं... वा... वा...' आणि नंतर विसरून जातील. या स्तुतीसाठी पुढली दहा-बारा वर्षं कर्ज फेडत रहायचं? तेही या वयात? या वयात सर्व कर्जातून मुक्त व्हायचं. उर्वरित आयुष्य शांतपणे जगायचं."

"पटतंय मला. पण..."

"नको हा 'पण'. विश्वासचं लग्न आठवतं? सगळा सावळा गोंधळ! तेव्हाही सांगत होतो. आपल्या गावातल्या घरात लग्न करू. पण नाही. कसलं ते जेवण आणि जेवणासाठी लागलेली रांग. एकाला धड जेवू देत नव्हते दुसरे... ह्यॅ..."

"शांत व्हा."

"होतो, दुसरं काय करू शकणार? आता फक्त बघत बसायचं. मत विचारलं तरच द्यायचं. आणि मत दिल्यावर त्याचं पालन होईल, ही आशा ठेवायची नाही. त्या शमीमला तर गरुडाचे पंख लागलेत. उड... उडत रहा."

"आजोबाऽऽ आज्जीऽऽ"

"जरा हळू, तुमचा गरूड आलाय. आता काय गारूड करतोय ते बघते."

"आज्जी... आजोबा..."

"अरे सावकाश, कसली एवढी घाई..."

"लगीनघाई लागलीय गं त्याला."

"आजोबा, ही पत्रिकेची मॅटर बघा ना जरा. काय की मराठी स्पेलिंग नीट कळत नाही ना मला..."

"अरे, मराठी ना तू. ब्राह्मण... ब्राह्मण म्हणजे..."

"हो, माहीत आहे. पण ते राहू दे ना प्लिज. मॅटर चेक करा आणि लगेचच

द्या. मला निघायचंय लगेचच प्रिंटरकडे.''

"आलास आत्ताच आणि निघालासही?''

"हो, घाई आहे.''

"किती रे या चुका. आशीर्वादच्या ऐवजी अर्शीवाद झालंय, स्थळच्या ठिकाणी थळ झालंय, पुत्रच्या ठिकाणी पत्र...''

"आजोबा म्हणूनच दिलंय तुम्हाला तपासायला! वाचत बसत राहिलात तर वेळ जाईल. वाचून लगेचच करेक्शन्स द्याना प्लीज करून...''

"देतो... देतो... आणि इंग्रजी पत्रिकांचं काय?''

"तयार आहे. मी चेक केलंय.''

"अरे, ती पण दे त्यांना चेक करायला. इंग्रजी अगदी उत्तम आहे यांचं, माहीत आहे ना?''

"आजी माहीत आहे गं! पण...''

"असू दे, तू चेक केलं आहेस ना! मग झालं तर... हे घे ही मराठी पत्रिका तयार...''

"थँक्यू ग्रँड पा, विशू वाट बघतेय माझी...''

"कुठे?''

"दुकानात बसल्ये. मी पळतो.''

"अरे...''

"येतोय लवकर...''

"किती रे उशीर?''

"अगं आजोबांनी...''

"बरं, मॅटर आणलंस?''

"हो, हे बघ...''

"मला नको दाखवू, त्या प्रिंटरला दे.''

"पण तू एकदा चेक तर कर.''

"बरं दे...''

"ठीक आहे?''

"हो.''

"चला, एक काम झालं आता?''

"आई-बाबांना कळव, पत्रिकेचं काय झालंय म्हणून.''

"हॅलो, हॅलो हं बाबा मी पत्रिका करायला दिल्या.''

"हो, तुम्ही नका जाऊ. गेला आहात. नको कॅन्सल करा - बरं...''

“बरं झालं ना फोन केलास ते?”
“यस्... बोला मॅडम, पुढला प्लॅन?”
“ए, आज आता पुरे. चल ना. जरा शांतपणे समुद्रकाठी जाऊन बसू.”
“ठीक आहे, चल...”

“पत्रिका जरा महागच आहेत नाही?”
“आहेत जराशा, पण चॉइस कसा आहे! लोकांना पत्रिका जपून ठेवावीशी वाटेल. इन्फॅक्ट आपलं लग्न हे सुरेख आठवण म्हणून सर्वांच्याच लक्षात राहील.”
“आणि त्याची सुरुवात... आमंत्रणपत्रिकेपासून हो ना?”
“अर्थातच, मी माझ्या मित्रांची लग्नं बघितली आहेत. नातेवाईकांचीसुद्धा. अगदी टिपिकल अशी ती लग्नं. डामडौल असतो पण त्याला साज नसतो आणि असलाच तर अगदी ओढूनताणून आणलेला. आपल्या लग्नात सौंदर्य असेल.”
“ही तुझी इच्छा.”
“तुझी नाहीये?”
“आहे रे, पण कधीकधी संकोच वाटतो. आई-बाबा रात्रीचे वही घेऊन खर्च, हिशोब मांडायला बसले ना, की वाटतं का आपण त्यांना एवढा खर्च करायला भाग पाडत आहोत?”
“तुला अपराधी वाटतं?”
“केव्हा केव्हा, तसे ते खूष आहेत. त्यांचं काहीच म्हणणं नाहीये. अगदी उत्साहाने सर्व काही चाललं आहे.”
“हो ना! मग तू असं स्वत:ला अपराधी वाटून घेऊ नकोस. आणि त्यांच्यासाठी मीही आहे हे विसरू नकोस. विशाखा, माझं हे स्वप्न आहे. शानदार सोहळा करण्याचं. आयुष्यात हा सोहळा एकदाच येतो. त्याच्या आठवणी या चांगल्याच असायला हव्यात. मी आई-बाबांचं ऐकतो ना कधीकधी. त्यांचं लग्न, तो हॉल, शप्पथ काटा येतो अंगावर. चांगल्या आठवणी या आपणच तयार करायच्या असतात. त्यांच्यासारखं जन्मभर मला आणि माझ्याबरोबरीने तुलाही. ‘अरेरे राहून गेलं तेव्हा.’ असं वाटू द्यायचं नाहीये.”
“शमी...”
“हो गं, खरंच. नुसता लग्नसमारंभ नाही करायचा, तो सोहळा असायला हवा. कमतरता ठेवायचीच नाही कशाचीही. म्हणूनच ते ग्राऊंड बुक केलंय. स्टेज म्हणजे महाल उभा करायचा आहे. फुलांनी महिरपी आच्छादून टाकायच्या आहेत.”
“आणि सर्वत्र फक्त हास्यविनोद, सुगंधाचे फवारे उडवायचे आहेत.”
“त्या दिवशी आपण दोघं खरे राजा-राणी असू. प्रत्येकाचं लक्ष फक्त आपल्याकडे

असेल. कॅमेरा, व्हीडिओ, फ्लॅश... यस् फक्त आपणच. केव्हा तरी हे असं आयुष्यात घडावं ही इच्छा प्रत्येकाची असणार तशीच माझीही आहे. हे ऐश्वर्य उपभोगायची ही एकमेव संधी आणि सुरेखसं कारणही.''

''औट घटकेचं राज्य?''

''तसं म्हण हवं तर. पण औट घटकेचं का होईना राज्य तर असेल.''

''आणि नंतर हजारो स्क्वेअर फुटांमधून एकदम साडेसहाशे स्क्वेअर फुटांमध्ये यायचं.''

''तू नेहमी हे असंच कर. जरा काही कुठं वेगळं मांडायला लागलो की आपट मला.''

''तसं नाही रे गंमत केली आपली उगीचच...''

''नको करूस असं. तुझी जमीन केव्हा तरी सोड, आणि मार भरारी.''

''काय दिमाखदार झाला सोहळा?''

''अगदी छानच.''

''जेवण किती टेस्टी होतं नाही?''

''दोघं किती छान दिसत होते!''

''प्रत्येक आमंत्रितांना काही ना काही भेट द्यायची हे अगदी फारच, नाही का?''

''हो ना. आणि आहेरही घेतला नाही.''

''सुरेखच होतं हो सर्व!'

''किती हे फोटोंचं बाड?''

''बाड काय हो म्हणताय?''

''तुला उचलतोय का तो अल्बम?''

''नाही.''

''मग?''

''फोटो छान आलेत हो.''

''त्यातले तुझ्या ओळखीचे किती?''

''आपल्या ओळखीचे कसे असणार? ऑफिसातली माणसं दोघांच्या – नव्हे चौघांच्या.''

''जो येईल त्याचा फोटो. मस्त कापलाय त्या फोटोग्राफरने विश्वासला.''

''सारखी तक्रार करू नका. घर आनंदात आहे, ते तसंच ठेवा.''

''बरं. बसतो गप्प; पण मंडळी, माझ्याबद्दल गैरसमज करून घेऊ नका. अनुभवाचे बोल आहेत हे, ते काळजी वाटते म्हणूनच.''

''समजतं मला.''

"आता यापुढे एक अवाक्षरही काढणार नाही. नातवाचं एवढं दिमाखात लग्न झालं, आनंद आहे. अगं, आपण साधी माणसं. मातीची. उच्च-मध्यमवर्गीय आता झालो आहोत. मूळ आपलं मातीचंच. सिमेंटशी नातं कसं जुळणार? आनंदी राहोत सर्वजण, हीच प्रार्थना."

"बघू, हनिमूनचे फोटो?"

"बाबा, किती छान होतं सर्वच. हे बघा, हे हॉटेलचं पुढलं दार. दार कसलं? अख्खी मोठीच्या मोठी काच. सरकणारी."

"वा."

"आई, तुला तर आश्चर्य वाटेल. अशी सुरेख बाग आहे तिथे. हे फोटो बघ बागेचे."

"झाली सुरुवात रूटीनला."

"हो, आता अगदी मान मोडून काम करावं लागणार आहे."

"मलाही. माझी घरी येण्याची वेळ पक्की नसणार हं."

"असं कसं चालेल? सकाळी उशिरा उठणं होतं आणि आई सर्व काही करून टाकते. निदान संध्याकाळ तरी तिला मोकळीक मिळायला हवी."

"मलाही वाटतं रे तसं. पण ऑफिसमध्ये कामच एवढं असतं की..."

"तुझ्या जबाबदारीत आता वाढ झालीय. तुला दोन्ही फ्रंटस् सांभाळावी लागणार. आणि..."

"आणि काय?"

"तिसरं फ्रंट... म्हणजे मी... मलाही..."

"चल, पुरे... निघा आता..."

"मला रोज उशीर होतोय ऑफिसला जायला."

"लवकर उठत जा."

"अजून किती लवकर उठू? तू रात्री लवकर झोपू देत नाहीस."

"तुला झोपायचं असतं लवकर?"

"तसं नाही रे. पण आता आजी-आजोबा घरीच तर असतात, केली जरा उशिराने अंघोळ तर काही हरकत आहे का?"

"एवढ्या वर्षांची त्यांची सवय आता कशी बदलेल?"

"बदलायला हवी ना! दहा मिनिटं उशिराने अंघोळ केली तर काय हरकत आहे? माझी दहा मिनिटं वाचतील. मी लवकर घराबाहेर पडू शकेन."

"बघतो सांगून."

"प्लीज सांगच."

"हो, पण आत्ता हे काय बघत बसली आहेस?"

"आपले फोटो."

"मस्त वाटतंय ना?"

"हो, औट घटकेचं राज्य!"

"काय गं? काय झालंय तुला?"

"काही नाही."

"चेहरा उतरलाय. बरं वाटत नाहीये का?"

"ठीक आहे की."

"सांगतेस का आता?"

"काय सांगू तुला?"

"शमीमशी बिनसलंय?"

"नाही."

"घरात काही? दोन दोन सासवा, दोन दोन सासरे."

"चांगले आहेत गं ते सगळे. पण..."

"सांगच आता."

"असं ना, एक खूप मोठं, आवाक्याच्या बाहेरचं काहीतरी घडतं. नजर जाईल तिथे सौंदर्य, भव्यता, दिपून जातील डोळे असं ऐश्वर्य..."

"कशाबद्दल बोलतेस?"

"आणखी कशाबद्दल बोलणार? माझ्या लग्नाबद्दल बोलते. तू होतीसच ना."

"हो, आणि अजूनही चांगलं लक्षात राहिलं आहे."

"एका दिवसात ऐश्वर्याची, भव्यतेची इतकी सवय व्हावी? लग्नाच्या आदल्या दिवसापर्यंत मी किती साधी होते आणि या एका दिवसाने माझ्या मनाचा ढाचा इतका बदलावा! वनरूम किचन सेल्फ कंटेंड असलेल्या घरात लहानाची मोठी झाले. लग्न होऊन टू बेडरूम हॉल किचनमध्ये रहायला आले. मोठं घर म्हणून आनंद व्हायला हवा तर छोट्या छोट्या ॲडजेस्टमेंटस् करायला मन तयार होत नाही. शमीमने एका दिवसासाठी बहाल केलेलं राणीपद सतत सांगतंय, स्वत:ला ते राणीपद स्वप्नवत् समज आणि सत्य परिस्थिती स्वीकार; पण जमतच नाहीये. 'कधी तरी जमीन सोड आणि भरारी घे' असं मला समजवणारा शमीम आता मी परतून जमिनीवर कधी येते, याची वाट बघत असेल. आणि मी राणीपदावरून खाली उतरतच नाहीये. मला आता स्वातंत्र्य हवंय. हॉलमध्ये जमिनीवर गाद्या-चटई पसरून झोपलेले आई-बाबा बघितले की अपराधी वाटतं. बेडरूममधून बाहेर पडताना चोरट्यासारखं होतं. त्यांची

कपाटं आमच्याच बेडरूममध्ये आहेत. सकाळची त्यांची पंचाईत होते. म्हणून मग रात्रीच हवं नको ते काढून घेतात. तेव्हा तर लाज वाटते मला. खरं तर हे असं होणं ही बऱ्याच घरातली वस्तुस्थिती आहे; पण मला हे जमत नाहीये. तुला कळतंय का मी काय म्हणते ते?''

''संपूर्ण नाही, थोडंथोडंसं...''

''आपली पायरी सोडून काही करू नये, हे शमीमचे आजोबा वारंवार सांगत होते. तेव्हा वाटायचं, यांना आमचा आनंद कळत नाहीये; पण तेच एकमेव बरोबर होते. कधीच न दिसलेली सुंदरशी, महागडी वस्तू अचानक मिळावी, उपभोग घ्यावा आणि क्षणात ती नाहीशी व्हावी. आणि मनाने ध्यास घ्यावा त्याच त्याच वस्तूचा, असं काहीतरी झालंय माझं. यापेक्षा सर्वसामान्यांसारखं साधेपणानेच लग्न झालं असतं तर किती बरं झालं असतं! तो दिवसही रोजच्यासारखा असता. थोडासाच बदल असता. जो दोन पातळीतला भेद जाणवून न देण्यासारखा असता. दोन पायऱ्या चढून पुन्हा उतरणं सोपं असतं; पण शंभर पायऱ्या चढून गेल्यावर पुन्हा पहिल्या पायरीवर येणं किती कठीण!''

''हे वेडेपण आहे. सावर स्वतःला आत्ताच. जागी हो. वास्तवता स्वीकार. सर्वजण चांगले आहेत म्हणतेस तर तूही सामावून जा त्यांच्यात.''

''प्रयत्न करत्ये गं. पण...''

''शमीमला म्हणावं, वेगळा रहा. आत्ताच वेगळा संसार थाटलेला बरा. कुरबुरी वाढत जातील. मग जर वेगळा झाला तर विनाकारण वाईटपणा येईल.''

''चिडलात परत!''

''विश्वासला बोलाव. मला बोलायचं आहे त्याच्याशी.''

''बोला सावकाशीने.''

''नको, आत्ताच बोलूया.''

''बरं... विश्वास...''

''विश्वास, मला तुम्हा दोघांनाही काही सांगायचं आहे. बसा...''

''काय झालं, बाबा?''

''तुझ्या आईने आणि मी मिळून असं ठरवलं आहे की आम्ही गावी रहायला जाणार आहोत.''

''काय? या वयात एकटं रहाणार? नाही चालणार तसं.''

''शमीमची ओढाताण दिसत नाही तुला? आणि विशाखाचीसुद्धा ओढाताणच होते. नवी नवरी ती. नवलाईचे दिवस असे संपणार त्यांचे, कुरबुरी करत करत?''

''दिसतंय, बघतोय आम्ही.''

''मग तरी गप्प बसून राहिलात? त्यावर उपाययोजना नकोत?''

"आम्ही काही विचार करतोच आहोत."

"करा, विचार करा. आम्ही कृती करणार आहोत."

"सासूबाई, हे सर्व काय चाललंय? पोर नवीन आहे घरात. रुळेल हळूहळू. आपण सांभाळून घेऊ तिला, शमीमला. तुमचा केवढा आधार आहे मला, हे जाणता तुम्ही."

"मग त्यांना वेगळं घर घ्यायला सांग. करू दे संसार राजा-राणीसारखा."

"ते इतक्यात तरी शक्य नाही बाबा. पैसे कुठून आणायचे? लग्नाचाच खर्च..."

"हां, हेच हेच सांगत होतो मी. जपून खर्च करा. पण नाही. तेव्हा कुणालाही माझं म्हणणं पटलं नाही."

"बाबा..."

"अरे, पन्नाशी गाठलीस तरी अक्कल काही आली नाही."

"अहो, काय बोलताय? एवढ्या मोठ्या मुलाला – माणसाला – असं बोलणं..."

"मुलाला हेच बरोबर. माणूस झालाय; पण लग्नात कसा मुलासारखा नाचत होता. काय तो बँड आणि काय ती गाणी आणि काय तो सर्वांचा नाच..."

"बाबा..."

"मी सांगतोय ते ऐकायचं आणि ऐकलंच पाहिजे. अजूनही या घरातला कर्ता मीच आहे... समजलं?"

"हो."

"बायो, तो चेक दे मला... हं हा चेक घे."

"कसला?"

"प्रश्न विचारायचे नाहीत. हा चेक घे."

"एवढी मोठी रक्कम!"

"गुंतवलेले सर्व पैसे व्याजासकट मिळालेत मला. शमीम-विशाखासाठी घर घ्या यातून. अरे, नव्या आयुष्याची सुरुवात आहे त्यांच्या. ज्या दिमाखात लग्न झालं त्यांचं, तसंच दिमाखात आयुष्य सरू देत. दोघंही गुणी आहेत. वडीलकीचा मान राखणारे आहेत. त्यांच्या स्वप्नांची सुरुवात आहे ही. ती स्वप्नं एका दिवसापुरती नाहीत. आपण त्या स्वप्नपूर्तीला हातभार लावू. राहू देत सुखाने. अडीअडचणीला ती आपल्यासाठी आणि आपण त्यांच्यासाठी कायम राहू."

"सासूबाई... बाबा..."

"चला, पळा दोघं आता इथून. निघा म्हटलं ना..."

"तुम्ही? हे असे?"

"अगं, शमीमला लग्नात मी –आपण काही दिलं नाही. द्यायचं तर होतंच. फक्त योग्य वेळेची वाट बघत होतो. 'लग्न' हा प्रकार फार अजब आहे. लग्नामुळे माणसं सुखावतात, दुखावतात, जवळ येतात, दूर जातात. आनंदही देतात आणि दुःखही. चूक कुणाचीच नसते. असली तर ती परिस्थितीची असते. उमेदीच्या वर्षांत जर साथ मिळाली नाही तर बाहेरचं जग जवळच केलं जातं आणि जवळची बाहेरची होतात. लग्न कुठल्या प्रकारे होतंय याला महत्त्व नाही. ते कशाही प्रकारे होऊ देत. खरी गंमत लग्न झाल्यानंतरची असते. मला नेहमी प्रश्न पडतो, एवढ्या थाटामाटात लग्नं होतात, त्याला आजच्या भाषेत 'इव्हेंट' म्हणतात. इव्हेंट मॅनेज करणारे बक्कळ पैसा कमवतात. मिळवू देत. प्रश्न तो नाही. सोहळ्याचा इव्हेंट झाला, होऊ देत. पण एवढा पाण्यासारखा पैसा ओतल्यानंतर काय होतं? ते नवदांपत्य नंतर सुखात असतं का? एवढा डामडौल करतात आणि काही कालावधीतच सर्व चित्र पालटतं. आज-काल घटस्फोटांचं प्रमाण का वाढलं आहे? अशी लग्नं बघताना प्रत्येक वेळेस मनात हाच विचार येतो, राहतील ना हे नवरा-नवरी नंतरही आनंदात? करतील का तडजोडी? सांभाळतील का मनं? लग्न कसं होतंय याला महत्त्व नाही. ते कसं टिकणार याला महत्त्व आहे, हे आजच्या पिढीला कुणी समजावेल का? इतरांचं मला माहीत नाही. पण आपल्या शमीमचं आणि विशाखाचं मला नक्की माहीत आहे. त्यांना भरारी मारायची आहे. त्यांच्या पंखांत पैशांचं बळ आपण देऊ. निदान एक लग्न गुण्यागोविंदाने नांदत आहे, हे बघण्याचं सुख आपल्या वाट्याला येईल, हो ना?"

"हो, चला, आज बऱ्याच दिवसांनंतर फोटोंचं बाड बघूया?"

"बाड काय म्हणतेस? आण. बघूया सर्व फोटो आणि पुन्हा एकदा शमीमचा लग्नसोहळा अनुभवू या. पण उचलेल ना तुला अल्बम?"

■

अल्याड-पल्याड

नाल्याच्या भिंतीला अगदी लागून एकदम पॉश टॉवर! त्या टॉवरमधे रहाणारेही तसेच पॉश! प्रत्येक ब्लॉकच्या मालकीच्या दोन गाड्या. एक ब्लॉकच्या मालकासाठी आणि दुसरी मालकिणीसाठी. मालक एकदा का सकाळी बाहेर पडला की रात्री उशिरापर्यंत घरात मालकिणीचच राज्य. मग मालकीण ठरवणार तसा तो दिवस तिच्यासाठी वागणार. बऱ्याच जणांच्या घरात हाऊसमेड. काही काही ठिकाणी सकाळी येऊन संध्याकाळी परतणारे सर्व्हंटस्! एकंदरीत बघता पॉश टॉवरचा हा लाईफ पॅटर्न! अगदी थोडक्यात वर्णन करायचं झालं तर या पॉश संस्कृतीचं हेच वर्णन करता येईल. हो... राहिलंच. एवढ्याशा वर्णनात टॉवर संस्कृती संपत नाही.

पॉश टॉवर विथ ऑल फॅसिलिटीज्! क्लब, स्वीमिंग पूल, जीम इज मस्ट! युनिफॉर्ममधला वॉचमन! त्याला रहाण्याची तशीच पॉश खोली. याचा मुक्काम टॉवरच्या मेन गेटच्या एका केबिनमध्ये, तिथे टेलिफोन. कुणीही कुणाकडेही जाणारं आलं तर आधी त्या ब्लॉकमधे फोन वाजणार, परवानगी घेतली जाणार. मग या 'कुणाला' रजिस्टरमध्ये स्वत:चं नाव आणि कुणाकडे जायचंय त्यांचं नाव नोंदवावं लागणार. ही 'पॉलिश्ड भेट' घ्यायची नवी संस्कृती. म्हटलं तर लाभदायक, म्हटलं तर तापदायक. कारण अचानक जाऊन आश्चर्यचकित भेट देण्यातली गंमत इथे अनुभवता येत नाही. इथे 'अतिथी' येत नाहीत, तर 'व्हिजिटर्स' येतात. नुकतंच एक पुस्तक वाचलं. ओशोंचं. त्यात 'अतिथी' या शब्दाचा सुरेखसा अर्थ दिला आहे. 'तिथी' म्हणजे वेळ-काळ. ज्याला वेळ-काळाचं बंधन नाही तो... अ-तिथी!

नाल्याच्या दुसऱ्या भिंतीला अगदी लागून एकदम गलिच्छ झोपडपट्टीची चाळ आहे. म्हणजे खरं तर ही झोपडपट्टीच. पण हळूहळू या पट्टीचं विटांच्या भिंतीत रूपांतर झालं. नाल्याला लागून जेव्हा पहिले चार बांबू उभे राहिले तेव्हा ते कुणाच्याही खिजगणतीत नव्हते. त्या बांबूंवर मग फाटकं, तुटकं प्लॅस्टिक आलं.

कुणी टोकत नाही म्हटल्यावर नाल्याच्या भिंतीच्या आधाराने दोन पत्रे उभे राहिले आणि मग त्यानंतर दार आलं. पत्र्यांची लांबी-रुंदी विस्तारली. आतून कोबा घातला गेला. बस्तान झकास बसलं. कुणीतरी हे बस्तान पूर्णत्वाने बसण्याची वाट बघतच होतं. मग हा कुणीतरी तो, त्या दारात उभा राहिला, वसुलीसाठी. कष्टाने उभारलेलं हे बस्तान टिकलं पाहिजे, नाही तर जाणार कुठे? या भीतीने 'त्या'ला वसुली दिली गेली. मग त्याला कळलं, 'आपल्याला हा घाबरला' आणि मग हा 'त्या'चा व्यवसाय झाला. एकाच्या आधाराने दुसरा, मग तिसरा आणि मग पत्रेच पत्रे उभे राहिले. नाल्याची ती अखंड भिंत पत्र्यांच्या आड लपून गेली. 'तो' गब्बर झाला. आणि मग त्यानेच हे पत्रे पाडून विटांची घरं तयार केली. वीज आणली. *(कुठून? हळूच... चोरून... पैसे चारून)* पाणी आणलं आणि वसुलीसाठी हाताशी चार पोरं नेमली.

नाल्याच्या त्या बाजूचे आणि या बाजूचे व्यवहार त्यांच्या त्यांच्या पद्धतीने व्यवस्थितपणे सुरू झाले.

खरं तर टॉवरला या झोपडपट्टीचं अस्तित्व नकोसं वाटायचं. टॉवरच्या सौंदर्याला त्यामुळे डाग लागायचा. खरं तर सर्वांत मोठा डाग होता 'तो नाला.' टॉवरने नाला बुजला जावा म्हणून आटोकाट प्रयत्न केले. पण म्युनिसीपालिटीचा कुठलाही मजला त्या 'हिरव्या रंगाला' भुलू शकला नाही. नोटा करकर वाजल्या; पण त्याचा उपयोग झाला नाही. भौगोलिक गोष्टींना कधीकधी पर्याय नसतो. करकर कानांपर्यंत पोहोचूनही स्पर्श करता आला नाही. नाला स्वत:च्याच तंद्रीत आळोखे-पिळोखे देत वहात राहिला. टॉवर चरफडत राहिला आणि 'पट्टी' शांत राहिली. नाल्याची भर करण्यात 'पट्टी'चा मोठा हातभार होता. दर वर्षी पाण्याची पातळी सुतासुतानं वाढत होती; पण ते 'पट्टीच्या' आकलनात येण्याचा सुतराम संबंध नव्हता. नाल्याच्या दुर्गंधीला 'पट्टी' सरावलेली होती आणि टॉवर सेंटच्या बाटल्याच्या बाटल्या उपडा करत दुर्गंधीवर मात करत होता.

एका गोष्टीत मात्र टॉवर सुखी होता. या पट्टीतल्या बायका घरकामाला टॉवरसाठी केव्हाही उपलब्ध होत्या.

एकंदरीतच तसं सर्व आलबेल होतं.

हां... कधी पट्टी-टॉवरमधे खडाजंगी व्हायची, पण संपायचीही तशी.

टॉवरमधे रहाणारे अर्थातच जास्त करून बिझनेसमन होते.

बी विंग, फ्लॅट नं. २, स्वत:च्या मालकीची 'प्लॅस्टिक' मटेरियलची मोठी फॅक्टरी. नुकताच जो पावसाळा होऊन गेला. त्यामधे प्लॅस्टिकच्या पिशव्यामुळे तुंबलेल्या पाण्याला जबाबदार असणाऱ्या अनेकांमधे 'बी-२'ही जबाबदार होता. प्लॅस्टिकच्या नष्ट न होणाऱ्या या पिशव्यांच्या प्रॉडक्शनमधे याचाही हातभार लागत होता. सरकारने फतवा काढला, 'प्लॅस्टिकच्या पिशव्या बंद' पण बी-२ शहाणा होता. त्याला 'सरकारच्या

फतव्याचं' गांभीर्य अतिशय उत्तमपणे माहीत होतं. म्हणूनच त्याने प्रॉडक्शन चालू ठेवलं; पण प्रॉडक्ट मार्केटमधे आणलं नाही. पाऊस ओसरला, नाले साफ, खोल करण्याचं काम सुरू झालं. सवयींचा गुलाम झालेला आम आदमी पुन्हा रिकाम्या हातांनी मार्केटमधे फिरू लागला, खरेदी करू लागला आणि जवळ पिशवी नाही म्हटल्यावर भाजी-फळवाले हळूच टोपलीखाली लपवलेल्या प्लॅस्टिकच्या पिशव्या बाहेर काढू लागले. शिक्षा कुणालाच झाली नाही, ना पिशवी देणाऱ्याला ना घेणाऱ्याला!

या अशा प्लॅस्टिकच्या वापरलेल्या पिशव्या कचऱ्याच्या टोपल्याच्या टोपल्या भरून टाकतात. या पिशव्या त्या घाणीतून गोळा करणारे त्यावरूनच स्वतःची गुजराण करतात. आणि हे गोळा करणाऱ्या अश्या अनेकांपैकी काहीजण त्या पट्टीतच रहातात.

दिवसभर प्लॅस्टिक पिशव्या, बाटल्या, डबे यांसारख्या तत्सम वस्तू गोळा करायच्या. त्या स्वच्छ करायच्या गटारातल्या पाण्याने आणि विकायच्या. पट्टी खोली नं. चारची मालकीण हिचा हा रोजंदारीचा व्यवसाय. मालक कागद-कागदाचे मोठे कपटे, कागदी पिशव्या गोळा करतो. अशा दहा-वीस गोण्या भरल्या की भंगाराकडे त्या सुपूर्त करण्यात येतात. चार पैसे हातात खुळखुळतात आणि देशी दारू तिचा कहर दाखवायला सुरुवात करते.

"रांडीच्ये, गिळायला घालतेस का आता?"

"मर मेल्या..."

"भवाने, साली तूच मर जा..."

टॉवर वैतागतो. हे रोजचंच असतं. फक्त खोली नंबर बदलतो. पट्टीला नावं ठेवत ठेवत टॉवरमधे स्कॉच, जॉनी वॉकरसारख्या बाटल्या उघडल्या जातात.

रात्र सरते. कुठे मदहोशीत तर कुठे शिव्यांच्या लाखोलीत.

सूर्य त्याच्या शिरस्त्याने उगवतो. स्वच्छ ऊन पडतं आणि काळोखातलं सर्वच काळोखात मिसळून जातं.

ए विंग, ब्लॉक नं. ४ मधे जेव्हा कामिनीराणी रहायला आली तेव्हा टॉवरची शान अजूनच वृद्धिंगत झाली. 'कामिनीराणी' हर एकजण जिची कामना करतं असं सौंदर्य! सिनेसृष्टीतील आघाडीची नटी. तिच्या येण्याने ए विंग फुशारली. जो तो, ज्याला त्याला सांगू लागला. 'कामिनीराणी आमच्या टॉवरमधे रहाते!'

पट्टी सांगू लागली, "या समोरच्या खिडकीत ती फटाकडी रहाते."

कामिनी टॉवरमधे रहायला लागली आणि दूर असलेलं सिनेजगत टॉवरच्या नजीक आलं. सुरुवातीला अप्रूप वाटणारं कामिनी-वास्तव्य हळूहळू सरावाचं झालं. क्वचित अप्रूपतेचे बुडबुडे उठत; जेव्हा कामिनीचा एखादा नवीन चित्रपट रिलिज होई. ए-४ मधे मग जल्लोष होई. शेजारी त्रासत पण नाईलाज असे त्यांचा.

टॉवरचा नाईलाजच होता. असे जल्लोष पट्टीत होत तेव्हा टॉवर त्रासून जाई. पट्टीचा गणेशोत्सव, नवरात्र म्हणजे टॉवरसाठी डोकेदुखी! देवांच्या पूजेला जेव्हा 'भिगे होठ तेरे, प्यासा दिल मेरा'सारखी गाणी लाऊडस्पीकरवरून तार स्वरात किंचाळायची तेव्हा टॉवरला पश्चात्ताप व्हायचा. चुकीच्या जागी जन्म घेतल्याचा. पट्टी मात्र मजेत प्रत्येक सण साजरे करायची आणि होळी म्हणजे तर ऑफिशियली शिव्यांची माळ गुंफायची परवानगी.

या पट्टीत एक दिवस एक मूर्तीकार आला. गरीबसा, पण कलाकार, सच्चा कलाकार. शिक्षण? छे! शून्य. पण दैवी देणगी होती. मूर्ती सुरेखशी करायचा. याचं बस्तान बसेपर्यंत रिवाजाप्रमाणे 'त्या'ने वाट बघितली. मूर्तीकाराला बस्तान बसवायला बराच काळ लागला. तसा 'तो' चिडचिडा झाला आणि एक दिवस मूर्तीकारासमोर उभा ठाकला.

"ए, तू है कौन?"

"क्यूँ भाई?"

"कहांसे आया है! इधर कायकू रह रहा है?"

"दूर से आया हूँ। जीनेके लिए! ठोकरे खाते हुए इधर पहुँचा हूं।"

"ऐसा नही चलेगा। इधर रहना है तो पैसा देना पडेगा।"

"काहे का भाई? ना सरपे छत है, ना दिवारे है। जमीन तो सबकी है।"

"ए, जादा शाना मत बन। सिधी तरह बता रहा हूं तब तक फूट जा... वरना..."

मूर्तीकाराने प्रत्युत्तर केलं नाही. दुसऱ्याच दिवशी सकाळपासून त्याने सामानाची जमवाजमवी सुरू केली. जी काही तुटपुटी पुंजी होती त्यातून त्याने प्लास्टर ऑफ पॅरिस आणलं. गणपतीची मूर्ती भराभर आकार घेऊ लागली. मूर्तीकार इतका दंग झाला होता की आजूबाजूला पट्टीतली वयस्कर माणसं आणि पिल्लावळ कधी जमा झाली, हे त्याला कळलंही नाही. दिवसभर अखंड मेहनत घेऊन जेव्हा गणेशमूर्तीला एक सुंदरसा आकार मिळाला तेव्हा मूर्तीकार थांबला. पट्टीतल्या पिल्लावळीपैकी कुणीतरी एकाने 'त्याला' मूर्तीची बातमी सांगितली आणि 'तो' मूर्तीकारापुढे उभा राहिला. मूर्तीला पाहून त्याचे डोळे विस्फारले. गणेशाची कृपा की त्या मूर्तीकारातल्या कलाकाराची किमया हे नक्की सांगता येणार नाही; पण 'तो' एकदम मऊ झाला. त्याने त्याच्याकडून या कलेला सलाम म्हणून मूर्तीकाराला अभय दिलं. मूर्तीकाराचा आता एक पक्का पत्ता झाला. पट्टी - अपोझिट 'टॉवर!' मुंबई..."

मूर्तीकार साचे तयार करू लागला. वर्तमानपत्रं म्हणजे रद्दी विकत घेऊन त्याचे लगदे करू लागला. साच्यात ते लगदे प्लॅस्टरमध्ये एकजीव करून ठासून भरू लागला. देव-देवता, धावणारे घोडे, संतपुरुष एकामागून एक तयार होऊ लागले. त्यावर रंगकाम झालं. पट्टीतल्या उडाणटप्पू पिल्लावळीला उद्योग मिळाला. त्या

भागातल्या प्रत्येक सिग्नलवर गणपती, देवी, गांधीजी, साईबाबा, शंभर-सव्वाशे रुपयांना विकले जाऊ लागले. मग तसेच मोठ्ठाले फ्लॉवर पॉट तयार होऊ लागले. विक्री होऊ लागली. मूर्तीकाराचं बस्तान बसलं.

केवळ मूर्तीकार गरीब, अशिक्षित होता म्हणून! नाही तर तो आज त्या टॉवरमधे राहू शकेल अशा आणि इतक्या तोलामोलाचा होता. गंमत म्हणजे टॉवरमधल्या काही घरांतून या मूर्तीकाराची कला त्या घराची शान वाढवत होती. पण त्या घरांना या गोष्टीचा पत्ता नव्हता की याचा निर्माता या नाल्याच्या पलिकडल्या पट्टीत राहतो. अगम्य मोठमोठ्या चित्रांना लाखांवर पैसे मिळतात आणि सर्वांना गम्य असणाऱ्या कलाकृतीला शंभर-सव्वाशे. नशीब! दुसरं काही नाही, मधला एक नाला फक्त ओलांडण्याची क्षमता मूर्तिकाराकडे असती तर?... पण असं होत नाही.

नाला दोन्ही बाजू पाहतो आणि सुस्तावल्यासारखा पडून राहतो.

आणि अचानक एक दिवस टॉवर, नाला आणि पट्टी खडबडून जागी झाली. सरकारने 'रस्ता रुंदीकरणा'चे काम सुरू केले. मोठ्ठाले ट्रक्स्, क्रेन, बुलडोझर, मिक्सर्स रस्त्यावर दाखल झाले. बिझनेसमन्स ते कामिनी या आवाजांनी हैराण झाले. पट्टीतल्या पिल्लावळींची मात्र धमाल झाली. अखंड पट्टीत थैमान घालणारी पिल्लावळ रस्त्याच्या कडेला बसून राहू लागली. ड्रिलिंग मशीन्स घणघणत राहिली आणि बघता बघता पृथ्वीदेवता जखमी होऊ लागली. मोठ्ठ्या फावड्याचे टोकेरी दात तिच्या कुशीत खुपत गेले आणि तिला जखमी करतच राहिले. आधीचा काँक्रीट रस्ता छिन्न-भिन्न झाला. त्याच्या सळ्या उघड्या पडल्या. पिल्लावळींपैकी कुणाचं तरी डोकं तरतरलं. काँक्रीटमध्ये अर्धवट रूतलेल्या, अर्धवट बाहेर पडलेल्या सळया पोरांनी मोकळ्या करायला जीवाचा आटापीटा केला. किती काळ गेला कुणास ठाऊक; पण एक सळी मोकळी करण्यात यश मिळालं. पिल्लावळ सळी घेऊन भंगाराकडे पळाली. दहा रुपयांची बेगमी झाली. चुरमुरे, वडापाव हादडता आला. आता हा रोजचा उद्योग झाला. मिळतील तशा एक-दोन, एक-दोन सळया मुष्कीलीने हातोडा मारून मिळवायच्या आणि पोटभर जेवायचं. सिगरेटी ओढायच्या. हळूहळू त्यात दोन गट पडले. आणि मग अहमहमिका सुरू झाली.

"ए साले, ए सली मेरी है!"

"जा बे, इसे मैने निकाला है!"

"तेरा क्या नाम है क्या रे इसके उपर, भडवे."

"हलकट, गाली देता है! तेरी तोऽऽ"

झोंबी सुरू झाली. बघणारे अनेक पण तसे न बघणारेच. जा कशाला या पट्टीतल्या गलिच्छ लोकांच्या नादाला? पांढरपेशा बघत होता, पुढे सरकत होता. झोंबी वाढत गेली. शब्द संपले आणि गुद्दागुद्दी सुरू झाली. आणि अचानक काय

झालं? कळलंच नाही. रक्ताची चिळकांडी उडाली. सळी लालमलाल झाली. किंकाळीने आसमंत व्यापला.

टॉवरने आपापल्या दारं-खिडक्या बंद केल्या. पडदे सरकवले. एअर कंडीशनर लागले. घरं गारेगार झाली. पोलीस व्हॅनचा सायरन दूऽऽर कुठेतरी वाजतोय असंच टॉवरने गृहित धरलं.

उत्तररात्रीला सर्व सामसूम झालं.

टाहो फुटला पुन्हा एकदा, जेव्हा खोली क्र. सातबाहेर प्रेत आणलं गेलं. 'अयैय्यो, मेरा बच्चा!' करत छाती पिटली गेली. खोली क्र. नऊ शरमिंदी, दुःखी होऊन बसली होती. तिचा वारस खुनी म्हणून पोलीस कस्टडीत होता. हा दिवस संपूर्ण दुःखात आणि टाहो फोडून छाती बडवण्यातच गेला.

आणि...

आजच कामिनीराणीकडे पार्टी होती. तिला बेस्ट सपोर्टिव्ह ॲक्ट्रेस म्हणून 'बी सिनेॲवॉर्डस्'तर्फे सन्मानित केलं गेलं होतं.

चौथ्या मजल्यावरच्या तिच्या ब्लॉकच्या ओपन टेरेसमधे सर्व चांदण्या-तारे आज अवतरणार होते. कामिनी तिची कमनीयता जास्तीतजास्त दिसेल अशा पेहेरावात वावरत होती. आणि उच्च दर्जाचे, सोफेस्टिकेटेड, इज्जतदार तिच्याकडे निर्लज्जतेने बघत, हसत, खिदळत होते. कमनीयतेची धुंदी, उंची मद्याच्या धुंदीत सरमिसळत होती. धुरकट वातावरण, हलकंसं पाश्चात्त्य संगीत आणि त्याच बरोबरीने हलकीशी थिरकणारी पावलं.

अचानक सर्व धुंदी उतरली. कुठूनसा आक्रोश अगदी कोरसमधे कानांवर धडकला. पट्टीतल्या खोली नं. सातच्या दारातलं कलेवर उचललं गेलं. दुःखाचं प्रदर्शन मांडलं गेलं. जनसमूह त्या प्रेताला खांद्यावर घेऊन जाऊ लागला. कामिनीच्या ओपन टेरेसमधून हे दृश्य अगदी स्पष्टपणे दिसत होतं. कामिनी चरफडली, वैतागली. सर्व पार्टीचा बट्ट्याबोळ झाला. संगीत थांबलं. थांबवावंच लागलं; कारण ते पट्टीतल्या आक्रोशापुढे ऐकूच येत नव्हतं. इतका वेळ धुंदीत असणारे जागृत झाले. अचानक त्यांना नाल्याची दुर्गंधीही जाणवू लागली. ए विंग, ब्लॉक नं. ४ शरमिंदा झाला. कामिनीराणीची पार्टी वेळेअगोदरच संपली. सन्मान अपमानास्पद झाला. पण फक्त चरफडण्यापलीकडे ए - ४ काहीही करू शकला नाही.

टॉवरने मिटिंग ठरवली. ए-४ च्या मागणीनुसार. ए-४ पुढाकार घेणार म्हटल्यावर बाकीचे सर्व आपसुक गोळा झाले. अजेंडा एकच होता. 'नाला-झोपडपट्टी' कामिनीराणीने स्वतःची भरपूर भलावण केली. तिची 'पोच' कुठपर्यंत आहे, हे आवर्जून सर्वांना ठासठासून सांगितलं. टॉवरला खात्री वाटली, 'नाला बुजणारच आणि पट्टी उठणारच.' विजयी मुद्रेने कामिनी निघून गेली. टॉवरमधल्या मालकिणी एकत्र आल्या.

चर्चा सुरू झाली.

"ये क्या कह रही, वैसा होगा?"

"हो, होऊ शकेलही."

"कशावरून? आपण किती प्रयत्न केले होते. काही होऊ शकलं नाही."

"हमारी बात अलग है। इसकी सच मेंही उपरतक पहचान है। मुझे पुछो मैं बताती हूँ। बगल में ही तो रहती हूँ इसके।"

"क्या पुछना उसमें। न्यूजपेपर देखो - बॉम्बे टाईम्स - सब मालूम हो जायेगा।"

"हाँ सो तो है। लेकिन इधर तो आँखों देखा हाल हैं।"

"जाऊ दे ना. आपलं काम झाल्याशी मतलब. और चिजोंमे उसके हम क्यूँ ध्यान दे?"

मालकही गोळा झालेच होते, दुसऱ्या कोपऱ्यात!

"व्हॉट यू थिंक?"

"मे बी, शी मे डू धीस."

"हां, करेगी वो कुछ ना कुछ! जैसे फिल्मोंमे काम मिलने के लिये करती होगी, वैसेही!"

"ओ, शट अप."

"दुनिया जानती है। किस किस को शटअप कहेंगे?"

"आय थिंक, ही इज राईट."

"आपल्याला या गोष्टींशी कर्तव्य नाहीये."

"मग काय? तिच्याशी आहे! साला..."

नाला कोरडा पडला होता. भीतीने? का त्याला कळलं होतं की त्याच्या अस्तित्वालाच धोका निर्माण झाला आहे!

पट्टी शांत होती. पण 'तो' जागा होता. अस्वस्थ होता. टॉवरची धडपड त्याच्या कानी आली होती. त्याला आता मोठा डल्ला मारता येणार होता. त्याने जमेल तशी पट्टी आणखीन वाढू दिली. त्यात स्वत:च्या नावानेही खोल्या बांधल्या. मस्तपैकी नोटा दाखवून, देऊन रेशनकार्डांची सोय केली. आणि मस्तीत जगत राहिला. त्याला खात्री होती ए-४ च्या कृपेने तो कमीतकमी चार मोठ्या ब्लॉकचा मालक आज ना उद्या होणार होता.

ए - ९ मधे खोली क्र. पाच रोजच्यासारखं झाडू-पोछा-भांडी घासण्याचं काम करत होती. आज काहीतरी गडबड आहे हे तिला जाणवत होतं. कपाटं उलथी-पालथी होत होती. ड्रॉवर्स रिकामे होत होते. कुजबूज चालू होती. मालक-मालकीण अस्वस्थ होते.

"तूने कहां रखा था नेकलेस?"

"यही तो था।"

"ड्रॉवर लॉक किया था?"

"जरूरत नहीं थी। हम ही तो रहते है घर में ।"

"बच्चे को पूछा?"

"वो तो कबका कॉलेज निकल गया।"

"और उसे?"

"नही।"

"पूछो!"

"कैसे?"

"क्यूँ? पूछं नही सकती हो? क्या कमाती है? हजार दो हजार? कपडे तो देखो उसके? कहाँसे आते है इतने मेहेंगे कपडे?"

"हाँ, हो सकता है। पूछती हूँ।"

फर्निचरवरची धूळ साफ करणं चालू होतं. हे रस्त्याचं काम सुरू झाल्यापासून धूळ फार यायला लागलीये.

"अरे सुनो..."

"हां... मेमसाब."

"यहां मैने मेरा सोने का नेकलेस रखा था। कल रात को पार्टीसे घर लौटने के लिए बहोत देर हुई थी, तो वैसेही ड्रॉवर में रख दिया था। मिल नही रहा है। तूने देखा है?"

"जी नही मेमसाब."

"देख, सच बता दे। हम कुछ नही करेंगे तुझे।"

"लेकिन मैं तो जानतीही नही।"

"झूठ कह रही है ये।"

"नही साब। हम हार लेके क्या करेंगे? कितने साल से यहां काम कर रहें है। कभी कुछ लिया क्या?"

"मौकाही नही मिला होगा तुझे।"

"नहीं जी। बच्चे की कसम खाती हूं मेरे।"

"झुठी कसम खाती हो?"

"नही जी।"

"पुलीस बुलाओ."

"साब, सच कह रही हूँ। मेरे बच्चे की कसम।"

"तो और कौन लेगा नेकलेस? सबेरे से कोई आया नही है यहाँ तेरे सिवा।"

"में क्या जानू?"

"ये रोना-धोना बंद कर। और कबूल कर। तलाशी ले ना इसकी।"

"मेमसाब..."

"कितना भी करो तुम जैसे लोगोंके लिये... कमही होता है।"

"चल पुलीस स्टेशन... वैसे मानोगी नही।"

"साब... साब..."

न केलेल्या चोरीची शिक्षा भोगण्यासाठी क्र. पाचला पोलीस स्टेशनवर दाखल व्हावं लागलं. शाबित काहीच होऊ शकलं नाही. होणार तरी कसं? नेकलेस 'बच्चा'च्या खिशात होता. त्याची लगेचच विल्हेवाटही लागली. नेकलेसने फुगलेला खिसा आता शंभरांच्या थप्पीने फुगला होता. नोटांना पाय लागले. त्या बारमधे पळत सुटल्या. क्र. पाच मात्र विनाकारण बदनाम झाली. टॉवरमधल्या बाकीच्या घरांतली कामंही न केलेल्या चोरीमुळे सुटली. पण बाई हिम्मतवान. ए-९ समोर उभी राहिली आणि तिने तिची अस्सल जात दाखवायला सुरुवात केली.

"हलकट, इतना सालोंसे तेरा गंदा कपडा, बर्तन साफ किया। तू नशा करके झूमती तो तुझे संभाला। तेरे मर्द को खबर तक होने नही दिया। बेवडी तू, तेरा बच्चा वो लडकी का पेट को बढाया, तो उसको गुपचूप हास्पितालमें लेके गयी। और इतना तुम खुदको इज्जतदार बोलती खुदको। हम गरीब के पेट पे मारती - तेरा भला नही होगा। समझती है क्या खूद को साली...।"

टॉवरच्या वॉचमनने शेवटी तिला तिच्या घरापर्यंत ढकलत ढकलत नेलं. टॉवरला माहिती असलेल्या पण 'माहीत नाही' असं दर्शवणाऱ्या सर्व गोष्टी आता राजरोस माहितीच्या झाल्या. ए-९ अखंड सारवासारव करत राहिली. पण म्हणतात ना, 'बूंद से गयी, वो गयी.'

रस्ता पूर्ण झाला. आधीच्या लेव्हलपेक्षा चांगला चार फूट उंच झाला. रस्त्याला लागून असलेल्या गल्ल्या मात्र चार फूट खाली उतरणीवरच राह्यल्या. पुन्हा पावसाळा आला आणि गतवर्षीपेक्षा यंदा पाणी तुंबण्याचं प्रमाण डबल झालं. पूरच पूर आला. त्या पाण्याला ओसरायला जागा राहिली नाही. पट्टी पुरात निम्म्यावर बुडाली. पट्टी होती त्यापेक्षा अजून गरीब झाली. लाटेसारखी बातमी आली खोली क्र. एकचा बच्चा पाण्यात बुडाला. हाहाकार माजला. पण क्र. एकची बायली शांत बसून होती. म्हणाली, 'बरं झालं, खाणारं एक तोंड कमी झालं.'

या पुराने बिल्डर्सना एकदम धन्य धन्य केलं. पट्टी-चाळी उठवून टॉवर बांधण्याच्या कल्पनेला प्रचंड प्रतिसाद मिळू लागला. जुन्या इमारती धडाधड पाडायचे परवाने त्यांच्या खिशात पडू लागले. एफ. एस. आय. वाढवून मिळू लागला. चार मजली इमारतींच्या जागी दहा-बारा मजली टॉवर उभे राहू लागले. चाळकरींना एक खोली जास्तीची शिवाय काही रोकड मिळू लागली. वस्ती आपोआपच वाढली. गाड्यांची संख्या वाढली आणि ट्रॅफिक जाम व्हायला लागला.

हा हा म्हणता पट्टी, टॉवर, नाल्याच्या आजूबाजूचा भूगोल बदलू लागला. सरकार आणि बिल्डर्सचं संगनमत आहे की काय अशी शंका येऊ लागली. कारण सरकार मुख्य रस्ते उंचीला वाढवत चाललं होतं आणि गल्ल्या-बोळ खोल खोल जात होते. टॉवर, सोसायटीज्, चाळी आणि पट्ट्या जलमय होत होत्या. घरं विस्कटत होती. मग बिल्डर्स यायला लागले. तळमजला असलेल्या सोसायटीज्ना टॉवर्सची ऑफर देऊ लागले. सरकारच्या तिजोरीत किती जात होते?

कामिनीराणीचा भाव वधारत होता दिवसेंदिवस. तिला या सर्व गोष्टींशी काहीच देणं-घेणं नव्हतं. ती जरी चौथ्या मजल्यावर रहात असली तरी तिने प्रत्यक्षात मात्र गगनाला गवसणी घातली होती. तिच्याबद्दल काही ना काही सतत छापून येत होतं. कायम चर्चेत राहू असं ती जाणीवपूर्वक करत होती; पण हे सर्व करताना तिने टॉवरपुढे मारलेल्या गमजा ती विसरली नव्हती. योग्य वेळेची ती वाट बघत होती. ती योग्य वेळ तिला या पुराने दिली.

पुरामुळं कुजलेलं अन्नधान्य, कपडा, नाल्याचं गलिच्छ पाणी, ती असह्य दुर्गंधी यामुळे बेजार झालेली कामिनी ही संधी साधून वरपर्यंत गेली आणि कागदी घोडे नाचायला लागले.

'तो' ज्या क्षणाची वाट बघत होता तो क्षण आला. नाला आणि पट्टीचा सर्व्हे करायला रोज कोणी ना कोणी येऊ लागलं आणि एक दिवस एका देखण्या टॉवरचं पोस्टर पट्टीच्या गल्लीच्या तोंडाशी उभं राहिलं.

पट्टी सुखावली. बिल्डिंगमध्ये रहायला मिळणार या आनंदात हरखून गेली. बुलडोझर आला आणि सर्व पट्टी भुईसपाट झाली. पट्टी तात्पुरती पुढच्या गल्लीच्या मोकळ्या मैदानावर तंबू ठोकून राहू लागली. नाला बुजला नाही. पण त्याला आवरण मिळालं. तो रस्त्याच्या बरोबरीत आला. नियमाप्रमाणे टॉवरच्या कंपाउंडपासून काही हात दूर साधी इमारत झटाझट उभी राहू लागली आणि उरलेल्या प्रचंड मोकळ्या जागेवर अजून एक सोफेस्टिकेटेड संस्कृती असलेला दिमाखदार टॉवर आकार घेऊ लागला. जेव्हा ती पट्टी उठली तेव्हा इतर सामान्यजनांना त्या पट्टीने केवढी मोठी जमीन व्यापली होती हे नव्याने समजलं होतं.

कामिनी जिंकली म्हणून, टॉवर जिंकला म्हणून एक दणदणीत पार्टी टॉवरतर्फे कामिनीराणीसाठी खास करून अ‍ॅरेंज करण्यात आली. लाळघोटेपणा अव्याहतपणे चालू राहिला आणि अशांना चकवा देण्यात कामिनी माहिर झाली होती. मालकिणी वरवर हसत पण आतल्या आत धुसफुसत राहिल्या. कुणाकुणाला जरा जास्त झाली आणि कुणी कुणी त्या भरात पायरी सोडून वहावत गेले. शिळी सकाळ उगवली. लॉनभर रिकामे थर्मोकोलचे ग्लास, बाटल्या, शितं, हाडं, एखादा बूट रात्री झडलेल्या

पार्टीच्या खुणा दाखवत होते. कावळे शितांवर, हाडांवर झडप घालत होते आणि टॉवर शिळा होऊन मरगळलेला असा होऊन राहिला होता.

वनरूम किचन सेल्फ कंटेंड फ्लॅट पट्टीतल्या प्रत्येकाला मिळाला आणि 'त्याला' तर एक संपूर्ण मजला मिळाला. आता 'त्याला' इथे काम आणि कमाई काहीच उरली नाही. मग त्याने हाताखालच्या पोरांना सर्व्हे करायला पिटाळलं. जिथे कुठे अशा तऱ्हेची बस्तानं बसत असतील तिथली सर्व माहिती सर्व्हेद्वारा त्याच्यापर्यंत पोहोचली. काळी जीन्स, लालभडक शर्ट, गळ्याशी पिवळाधम्म मफलर आणि शर्टासारखंच रंगलेलं लालभडक तोंड घेऊन नव्या बस्तानापाशी वसुलीसाठी ठिय्या द्यायला लागला. कमाईला सुरुवात व्हायला लागली.

टॉवरएवढ्या उंचीची ही नवी इमारत दोन टॉवरमधला मध्य बनली. गुढीपाडव्याचा मुहूर्त साधून पट्टी इमारतीत शिफ्ट झाली. लिफ्टचं अप्रूप पिल्लावळीला कमालीचं आकर्षित करत होतं. दिवसभर ही रिकामटेकडी पिल्लावळं लिफ्टमधून वरखाली करत वेळेचा सदुपयोग करू लागली.

'झोपडपट्टी पुनर्वसन' सरकारची नवी योजना. कार्यकर्ते कार्यरत झाले. समाजसेवा करणारी मंडळीही पुढाकार घेऊ लागली. अशा पुनर्वसन झालेल्या इमारतींतून स्वच्छतेचे आणि साक्षरतेचे धडे देऊ लागली. मग इमारतीलाही आता या गोष्टींचं महत्त्व पटू लागलं. आपणही स्वच्छ, सुंदर रहावं, दिसावं त्या टॉवरमधल्या मालकिणींसारखं. मुलांनी शाळेत जावं, शिकावं आणि आपल्याला अजून चांगल्या घरात रहायला घेऊन जावं. शुद्ध भाषा बोलावी आणि शिवीगाळ करू नये.

इमारत सुधरू लागली. दिवसभर वरखाली होणारी लिफ्ट आता गरजेपुरतीच वरखाली होऊ लागली. शेंबडी पोरं दिसेनाशी झाली. घराघरांतून अखंड चालणारे, वाजणारे टीव्ही जरा कमी प्रमाणात वाजू लागले. वयात आलेल्या मुली घरकाम न करता छोट्या-मोठ्या फॅक्टरीत काम करू लागल्या. मूर्तीकाराने त्याच्या दर्शनी खोलीत स्टुडियो उभारला. त्याच्या मूर्तींना मागणी येऊ लागली. गणेशोत्सवात देवदेवतांची भजनं लाऊडस्पीकरमधून सर्वश्रुत होऊ लागली. तरुण मुलांनी कुणी रिक्षा, टॅक्सी चालवायला घेतली, तर कुणी मोठाल्या हॉटेल्सचे दारबान झाले. कुणी वडापावची गाडी टाकली आणि इमारत इज्जतीचं जिणं जगू लागली.

नाला निमूटपणे अदृश्य होऊन वहात राहिला.

परिसर स्वच्छ झाला आणि टॉवरने सुटकेचा निश्वास टाकला. तसं सर्व शांतपणे चालू होतं. हलचल व्हायची पण पूर्वीची तीव्रता त्यात नव्हती.

टॉवरची किटी पार्टी म्हणजे खरंतर किटकिट पार्टीच. कुणाचं सुत कुणाशी जमतंय आणि कुणाची बच्ची कुणाबरोबर हिंडते, हे असंच. टॉवरची किटी पार्टी तर

इमारतीचं भजनी मंडळ. इमारतीला प्रथमच कळलं की आपल्या पोटात इतके कलाकार रहातात.

कलाकार हा कलाकार असतो. लहान-मोठा हा नशिबाचा भाग. छोटा-लहान कलाकार मोठा होऊ शकतो आणि मोठ्या कलाकाराला चाहते कधी डोक्यावर घेतील आणि कधी धुळीला मिळवतील, हे सांगता येणार नाही.

कामिनी अशीच यशाच्या शिखरावर होती; पण शिखरावर असलेल्या व्यक्तीचं पुढलं पाऊल हे उतारावरच पडतं. स्पर्धा तर हरघडी असते. नवीन चेहरे सिनेसृष्टी सतत शोधत रहाते आणि तसे नवनवे चेहरे येतही असतात, मिळतही रहातात. प्रसिद्धीची आवड तशी प्रत्येकाला असतेच ना?

एक नवा चेहरा कामिनीराणीसाठी चॅलेंज ठरू लागला. आताशा तिचं वयही जरासं जाणवू लागलं होतं. त्या नव्या चेहऱ्याचा आणि कामिनीराणीचा असे दोन चित्रपट एकाच वेळी प्रदर्शित झाले. आणि नव्या चेहऱ्याने बाजी मारली. ज्या नॅशनल ॲवॉर्डची कामिनीराणीला खात्री होती ते ॲवॉर्ड नव्या चेहऱ्याने पटकावले आणि कामिनीराणी चरफडली.

स्वत:च्या घराच्या ओपन टेरेसमध्ये ती ग्लासावर ग्लास रिते करत बसून राहिली. तिचा प्रियकर कम् तसा नोकरच तिची समजूत घालत बसला होता. त्या समजूत घालणाऱ्या प्रियकराचा तिला अचानक उबग आला. तिला सिम्पथी नको होती, यश हवं होतं. त्या यशाची तिला मद्याच्या ग्लासाइतकीच चटक लागली होती. ते धुंद यश, त्या टाळ्या, ते फ्लॅशेस, त्या मुलाखती, लाडिकपणे स्पॉट बॉय ते प्रोड्यूसरपर्यंत सर्वांचे आभार मानत विनयशीलता दाखवणं आणि पदन्यास करत तो यशाचा प्लॅटफॉर्म धन्यतेने उतरत सर्वांना आलिंगन देत फिरणं हवं होतं; पण हे घडलं नाही. हे सर्व त्या नव्या चेहऱ्यानं केलं. तिच्या नावानं काळ्याभोर आभाळात रोषणाई झाली. फटाक्यांची आतषबाजी झाली. कामिनीला ती आतषबाजी कानात कानठाळ्या उठवू लागली. शोभेच्या फटाक्यांचं आभाळातलं कारंजं तिच्या डोळ्यांपुढे अंधारी आणू लागलं. सतत हेच हेच आठवत राहिलं आणि स्वत:च्या पहिल्या अपयशाची एक सणसणीत चपराक बिचाऱ्या प्रियकराच्या गालावर पडली.

"कामिनी..."

"डोन्ट से कामिनी, मी राणी आहे. अनभिषिक्त राणी. नो बडी कॅन टेक माय प्लेस. आय ॲम दी वन अँड ओन्ली वन."

"प्लीज, कम डाऊन."

"शट अप्. हू आर यू टू ॲडव्हाइस मी?"

"हू ॲम आय? तुला इथपर्यंत घेऊन येणारा मीच आहे. तुझ्या पहिल्या यशाचा गुरू. विसरलीस? तूच तसं म्हणाली होतीस."

"ओ... ब्लडी हेल."

"तुला जास्त झाल्ये. तू झोप आता."

"गेट लॉस्ट."

खळकन बाटली फुटली. नशीब कामिनीने प्रियकराला बाटली फेकून मारलीं पण त्याने तिचा नेम चुकवला. इमारत गोळा झाली. कित्येकांच्या खोलीतून ए-४ ची टेरेस अगदी सरळ सरळ दृष्टीपथात येत होती. इमारतीतील प्रत्येक खिडकी लहान मोठ्या डोळ्यांनी भरून गेली.

"कामिनी?"

"गेट लॉस्ट... गेट लॉस्ट..."

"ओरडू नकोस."

आता टॉवरही जागा व्हायला लागला. कुणाला दिसत होतं आणि ऐकूही येत होतं, तर बाकीचे फक्त ऐकत होते.

"आय विल स्क्रीम. हे माझं घर आहे. मी ओरडीन. यू गेट लॉस्ट. भिकाऱ्या-सारखा माझ्या घरात रहातोस. मी तुला पोसते. यू आर अ फेल्यूअर हिरो. डोंट फर्गेट यू बास्टर्ड."

"कामिनी..."

"व्हॉट यू नो अबाऊट द सक्सेस. तुला तर ते कधीच चाखता आलं नाही."

"बस. खूप झालं. सक्सेसच्या गोष्टी करतेस? ही ही आत्तापर्यंतची ॲवॉर्ड्स तुला कशी मिळाली? विसरलीस? यासाठी किती जणांचा पलंग..."

"बाई... बाईऽऽ या सन ऑफ द बिचला दाराबाहेर घालव... गुरखा... गुरखा.."

इमारतीने फटाफट आपल्या खिडक्या बंद केल्या. मुलांना ओरडून ओरडून झोपायला लावलं. खिडक्या बंद झाल्या. दृश्य दिसायचं बंद झालं; पण आवाज ऐकू येणं चालतच राहिलं, अगदी उत्तररात्रीपर्यंत.

नाला तसाच आळोखेपिळोखे देत संथपणे वहात राहिला. नाल्याला वाटलं, खरं तर आपण गोड पाण्याच्या नदीचा ओहोळ. पण या आधीच्या पट्टीने आणि टॉवरने घाण, कागद, कचरा, प्लॅस्टिकच्या नष्ट न होणाऱ्या पिशव्या टाकून टाकून आपल्याला दुर्गंधीचा वारसा दिला. जेव्हा आपलं पाणी गोड होतं तेव्हाही आपण मिरवलो आणि 'नाला' झालो तेव्हाही. पण खरे आपण खऱ्या अर्थाने दुर्गंधीत झालो ते शब्दांनी. ही माणसं शब्दांनी दुखवतात त्याने. मग ती पट्टी असो किंवा टॉवर. माणसं शेवटी सारखीच. मग ती कुठेही राहोत, वृत्ती सारख्या. मग त्याने भरजरी वस्त्र लेवो की तुटकं-फाटकं!

नाला तसाच वहात राहिला दोन्ही बाजूचं जग ऐकत, तसाच आळोखे-पिळोखे देत.

■

काळाकभिन्न

काळाकभिन्न, अगदी कुळकुळीत पण मऊशार वेडावाकडा पसरला होता. बदलत जाणाऱ्या निसर्गाकडे टक लावून बघत, उताणा. वर्षभर रापलेल्या त्याच्या शरीराला जरा थंडावा मिळत होता. पावसाचे थेंब अंगावर झेलत तो वर्षभराची साठवलेली उष्णता बाहेर फेकत होता.

मुंबई-जोगेश्वरी पूर्व. कल्पना सोसायटी. ब्लॉक नं. ७. श्री. सदाशिव भोळे. पत्ता उलटा लिहिला वाटतं. हरकत नाही. त्याने काही फारसा फरक पडत नाही. श्री. सदाशिव भोळे हे या संपूर्ण पत्त्यातलं महत्त्वाचं असं!

सकाळची वेळ नऊ-साडेनऊची. म्हणजे गडबडीची. ऑफिस गाठण्यासाठी पळापळ करण्याची. त्यातून रहाणारे जोगेश्वरीमधे. म्हणजे अधलं-मधलं स्टेशन. बोरिवली ट्रेन खचाखच भरूनच येणार. त्यात स्वतःला घुसवायचं म्हणजे, सर्वच जाणतात. 'म्हणजे' काय ते. सौ. सुरेखा भोळे याही महत्त्वाच्याच. आधी नवऱ्याची सर्व तयारी करून द्यायची. मग स्वतःची तयारी करायची. आणि पुढलं सगळं तसंच. ऑफिस गाठायचं. वगैरे वगैरे.

नेहमी हातघाईवर येणारी सकाळ तशी आज शांत होती. चक्क शनिवार. त्यामुळे जरा आराम. कारण सेकंड सॅटर्डे. ट्रेनला नेहमीपेक्षा कमी गर्दी. म्हणजे शंभरच्या ऐवजी पंच्याण्णव. मनात रविवारचे मनसुबे. तरी तयारी तशी झालेली होती; पण पुन्हा पुन्हा प्लॅन उच्चारून आत्ताच रविवार सुरू झालाय असा आभास निर्माण होत होता.

"सुरेखाऽऽ ए सुरेखा..."

"ओऽऽ आले."

टिपिकल मिडल क्लास टेंडन्सी. ओले हात गाऊनला पुसत येणे. हात लांब केल्यावर जिथे पोहोचतात तिथे त्या गाऊनवर काळसर, हाताच्या पंजाच्या आकाराचे

ओले धब्बे. सुरेखा असे हात पुसत यायची नि सदाशिव उखडायचाच.

"हजार वेळा तुला सांगितलं आहे, हे असं गाऊनला हात पुसत जाऊ नकोस. बघ ते तुझ्या पंजाचे दोन धब्बे. काँग्रेसवाली आहेस का, तीही उलट्या पंजांची?"

"आता यात काँग्रेसला कशाला आणतोस? आणि गाऊन धुवायचाच आहे आता."

"म्हणून, त्याचे डाग जातात का? एक महिना नाही झाला गाऊन आणून. मोठ्या हौसेने हा पांढरा बारीक लाल फुलांचा प्रिंट असलेला गाऊन आणला. महिन्याच्या आत दशा करून टाकली. ॲप्रन आणलाय ना तुला?"

"उकडतं रे त्यात."

"हो, उकडतं. एक्झॉस्ट फॅन लावून दिला. शिवाय कोपऱ्यात टेबल फॅनही चालू असतो."

"बरं रे बाबा."

"चाळीतच शोभतेस. एवढा चांगल्या सोफेस्टिकेटेड लोकांच्या सोसायटीत ब्लॉक घेतला. मॅनर्स, एटिकेटस् शिक म्हणून मागे लागलोय तुझ्या."

"गाऊनला घाईगडबडीत हात पुसले म्हणजे मला मॅनर्स नाहीत असं म्हणायचं आहे का तुला?"

"अर्थातच, याच छोट्या छोट्या गोष्टींनी आपली लेव्हल कळते."

"पुरे तुझं आता, सदाशिव."

"हां, हेच हेच, बाकी काही शिकू शकत नाहीयेस. पण मला अरेतुरे करायला कसं मस्त जमलं!"

"कुठून कुठे पोचलास? मी तुला सदाशिव म्हणायला अजिबात तयार नव्हते. कुणी भरीला पाडलं मला? तूच ना? माझं काय? पुन्हा अहोजाहो म्हणायला मला काही त्रास होणार नाही. चौदा वर्षं तसंच तर बोलत्ये. हे खूळ आत्ता आलंय, गेल्या आठ-नऊ महिन्यांत."

"खूळ तर खूळ! पण लगेच जीभ वळली ना तशी? मग तसंच बाकीचं का नाही जमत?"

"बाकीचं म्हणजे अजून काय?"

"टूथब्रश तुझा, कायम बेसिनवर असतो. सेफ्टी पिना ड्रेसिंग टेबलावर कुठेही पडलेल्या असतात. उघड्या. केसांची क्लीप उशीखाली, तेल लावशील तर उशीवर जुनं कव्हर घालणार नाहीस असं अजून बरंच काही..."

"सॉक्सचे बोळे तसेच टाकशील, ओला टॉवेल बोळा करून ठेवशील, टॉयलेटमध्ये पेपर-वाचन करशील आणि तो तेथेच ठेवशील जो रोज ओला होतो, तंबाखूचं पान खाशील, बेसिनमध्ये पिंक टाकशील, रोज बेसिन रंगपंचमी खेळतं.

असं अजून बरंच काही...''
"मी काही बोलणं हेच चूक.''
"मी पण...''
आत्ताही असंच झालं. पण आज सदाशिव भोळेचा मूड मस्त होता. तिचं असं गाऊनला हात पुसणं त्याला आज खटकलं नाही.
"काय रे?''
"तयारी झाली ना सर्व?''
"हो झालीये.''
"एकदा नीट सांग बघू. काय काय घेतलं आहेस! आज संध्याकाळी मला यायला उशीर होईल आणि मग सगळं अर्धवट होईल.''
"हे आता शेवटचं सांगते. नीट ऐक पूजेची सर्व तयारी. त्यात नारळ, सुपारी, हळदी-कुंकू पुड्या, पेढे, अत्तर आणि चांदीच्या दूर्वा २१, हार, पंचामृतही घेणार आहे करून. श्रीबल्लाळेश्वरला आपल्या घरातलं पंचामृत न्यायचं आहे मला.''
"बरोबर, ही झाली बल्लाळेश्वरच्या पूजेची तयारी आणि...''
"गाडीची पूजा, नारळ, हार, उदबत्ती, हळदी-कुंकू, अक्षता, पेढे.''
"हो, वेगवेगळं घेतेस ना सर्व साहित्य?''
"हो रे, किती वेळा सांगू आता?''
"बरं, मी निघतो.''
"नीघ, मलाही एक एक आठवायचं आहे. अजून काही हवं का?''
"ते तू बघ.''
"तू रस्ता कसा आहे, याची चौकशी करायला विसरू नकोस.''
"करतो गं, आणि मुलांना फोन करून ठेव. हो. वेंधळ्यासारखं सांगू नकोस. आपण नवी गाडी घेऊन येतोय ते!''
"नाही रे, आपण कालच ठरवलं ना त्यांना सरप्राईझ द्यायचं म्हणून?''
"निघतो.''
सदाशिव भोळे खुषीत बाहेर पडला, बिल्डिंगखाली आला. दुसऱ्या मजल्यावर घर होतं तरी लिफ्टने आला. समोरच त्याची नवी कोरी इंडिका उभी होती. सीट कव्हरचं प्लॅस्टिक काल त्याने शोरूमवाल्यांना काढू दिलं नव्हतं. निळाशार रंग उन्हात चकाकत होता. त्याने गाडीवरून हात फिरवला. उद्या पालीला जायचं. बल्लाळेश्वरला प्रार्थना करायची. तिथेच पुजाऱ्याच्या हातून गाडीची पूजा करायची नि मगच वापरायला सुरुवात करायची. इंडिकाच्या शेजारीच उभी असलेली होंडा सिटी त्याला छोटी वाटली. तो हसत मजेत ऑफिसला जाण्यासाठी बोरिवलीहून गच्च भरून येणाऱ्या ट्रेनमधे स्वत:ला कोंबण्यासाठी स्टेशनच्या दिशेने निघाला.

अलिबाग. समुद्रकिनाऱ्याला लागून असलेलं एक खाजगी हॉटेल. याला खाजगी म्हणता येईल पण हॉटेल म्हणता येणार नाही. हा समुद्रकिनारी असलेला किन्नरी यांचा बंगला. वर्षोन्‌वर्षे रिकामाच होता. हळूहळू पर्यटक वाढायला लागले. मुंबईपासून अलिबाग जवळ. प्रवास जास्तीतजास्त चार तास. खरं तर साडेतीन तासच. रम्य वातावरण. स्वच्छ समुद्र. दगदगीपासून दूर. मुंबईकरांची शनिवार-रविवार अलिबागला जाण्याची संख्या वाढीस लागली. कमी खर्चात, कमी वेळात वीकएंड. आऊटिंगची धमाल. हॉटेल्स् इन मिन तीन. भरून जाऊ लागली. लोकांनी हा उत्तम बिझनेस अंगीकारला. घराचा म्हणजे ज्यांच्याकडे बंगले आहेत त्याचा काही भाग पर्यटकांसाठी खुला केला गेला. चांगलं उत्पन्न होऊ लागलं. मुंबईत मलबार हिलवर राहणाऱ्या किन्नरींनाही हा अंदाज आला. बंद बंगला भरून गेला. शनिवार, रविवार ॲडव्हान्स बुकिंग होऊ लागलं.

आजही त्यांचा बंगला आवाजांनी दणाणत होता.

सगळी बावीस ते सव्वीस या वयोगटातील मुलं. बाराजणं. व्ही. रामचंद्रन्, संतोष पवार, किथ, पंकज शहा, रूपेशकुमार, अय्यंगार, नितीन टांकसाळे, अनुभव शहा, अमित खन्ना, विजय जोशी, हिमांशु मेहता. एकाच ऑफिसात काम करणारे. एकाच बॅचचे. निरनिराळ्या प्रदेशातून आलेले. खूप छान मित्र झालेले. किन्नरींच्या बंगल्याचं बुकिंग जवळजवळ महिनाभर आधी केलेलं. शुक्रवार रात्र, शनिवार पहाट नाईट शिफ्ट संपून प्रत्येकजण आपापल्या घरी गेले आणि फ्रेश होऊन पाठीला बॅग अडकवून बॅट, रॅकेट, पत्ते सगळे एकत्र जमले. कॉल सेंटरला जो गाड्या पाठवतो त्याच माणसाकडे विनंती करून एक क्वालिस बुक केली होती. आणि हिमांशुने स्वतःची एस्टीम घेतली. हल्लागुल्ला, मौजमस्ती, धमाल. आठवडाभर अनवॉंटेड कॉल्स करून लोकांच्या शिव्याशाप खाऊन कंटाळलेले ते बाराजण आता उधळले होते. साडेतीन तासांचा प्रवास अडीच तासांत पार केला. झिंग ड्रायव्हिंगची, रस्त्याची, सुटकेची, मस्तीची, वयाची! आणि अजून एक रेसची!

किन्नरी बंगल्याची चौकशी करत, ठावठिकाणा शोधत शोधत ते बंगल्यासमोर हजर झाले. पांढऱ्या फेसाळत्या लाटासमोरचा नीळ घालून धुतल्यासारखा पांढरा शुभ्र किन्नरी बंगला. किन्नरी – किनारी असलेला बंगला. ती वास्तू बघून ड्रायव्हरसकटचे तेराहीजण खूष झाले. त्यांनी खोल्या वाटून घेतल्या आणि मग सगळे हॉलमधे जमले. किन्नरी अटेंडंट होता. खानसामा होता. भराभर ऑर्डर्स सुटल्या आणि अशा ठिकाणी आल्यावर पाणी पिणं हे पाप हे सर्वांनाच जाणवलं. बिअरचे टीन्स तटातट उघडले गेले. हॉलभर कडवट वास भरून गेला.

"सुटलो बुवा, निदान दोन दिवस शांतता."

"ए, मराठी नॉट अलाऊड."

"यू शुड लर्न मराठी. धिस इज महाराष्ट्र. तुमच्या केरळात कुणी हिंदीसुद्धा बोलू देत नाही. नाऊ धिस इज् अवर टर्न."

"छोड यार! हमारी एकही लँग्वेज है! कॉलसेंटरकी लँग्वेज."

"सही फर्माया आपने. लेकीन अब दो दिन नो चर्चा ऑफ कॉल सेंटर."

"डन. मी समुद्रात चाललो आहे. कोण येतंय?"

"सभी चलेंगे."

"पहले ऑर्डर जो दी है, वो तो आने दो."

आणि मग सगळे अधाशासारखे तुटून पडले. बिअरचा अंमल सावकाश, हळूवार तरंगत चढत होता. रिकाम्या कॅन्सचा ढिग वाढत होता. फेसाळत्या पाण्यात झेपावण्यासाठी सगळे आतुर झाले. झेपावलेसुद्धा.

काळा कुळकुळीत, कभिन्न पण मऊशार वेडावाकडा पसरला होता. बदलत जाणाऱ्या निसर्गाकडे टक लावून बघत होता. उताणा. पाऊस थांबला होता.

सौ. सुरेखा भोळेने आज रजाच घेतली होती. खरंतर तिला शनिवारची रजा घेणं अगदी जीवावर यायचं. अर्ध्या दिवसाच्या कामासाठी संपूर्ण दिवसाची रजा म्हणजे वेस्टेज्. एक कॅज्युअल लीव्ह हकनाक संपते; पण आज तिला तसं काही वाटत नव्हतं. तिला खूप कामं करायची होती. पंधरावीस फोन करायचे होते. सांगायचं होतं सर्वांना– "हॅलो कोण अप्पू का? अगं, मी सुरेखामामी बोलत्ये. आई-बाबा कुणी आहेत का घरात?"

"दे मग आईला..."

"----"

"हं, अगं शीलाताई मी सुरेखा. काही नाही, सहजच फोन केला. कसे आहात तुम्ही सगळे?"

"----"

"हं, म्हणजे छान चाललंय. नाही ताई आज सुट्टी घेतली, पोरांच्या भाषेत दांडी मारली. ताई, एक बातमी द्यायची आहे."

"----"

"नाही नाही, चांगली बातमीच आहे. कालच आपली नवी इंडिका मिळाली. डिलिव्हरी घेईपर्यंत रात्र झाली. मग सरळ घरीच आलो."

"----"

"निळा रंग आहे. तर ताई, उद्या पालीला जातोय आम्ही."

"----"

"हो, हो पूजा करायलाच. मुलं रोह्याला गेलीत ना आजोळी. येताना त्यांना घेऊन येणार."

"----"

"असं म्हणता? बरं सांगते सदाशिवला. ठेवू? अच्छा..."

पंधरा-वीस फोनवर तेच तेच बोलून सुरेखा भोळेला अजिबात कंटाळा आला नाही. एवढे फोन चक्क दीड-दोन तास गेले. अजून जेवण बनवायचं होतं. मशीन लावून कपडे धुवायचे होते. मुलांचे चांगले कपडे घ्यायला हवे होते. तिने गाऊन झटकला. तिला अचानक जाणवलं, सदाशिव चिडतो ते अगदी बरोबर आहे. हाताच्या पंजाच्या आकाराचे धब्बे. तिला आता ठसठशीतपणे जाणवले. 'आला'मधे गाऊन भिजवायला हवा. सौ. सुरेखा भोळे. पुढच्या कामासाठी उठली नि फोनची बेल वाजली.

"हॅलो."

"मी बोलतोय."

"हं... बोल. तू पोहोचलाससुद्धा?"

"किती वाजलेत बघ..."

"अरे बापरे. बरं बोल."

"सुरेखा, आपल्या गाडीचं रजिस्ट्रेशन झालं नाहीये."

"मग?"

"विदाऊट नंबर प्लेट गाडी मुंबईबाहेर नेता येणार नाही."

"काय? झालं! केलास ना सर्व फियास्को!"

"मला आत्ता स्ट्राईक झालं."

"आणि इथे मी सर्वांना कळवून टाकलं. हसतील आता मला सगळे."

"तुला एवढी घाई कशाची होती?"

"म्हणजे? तुला नाही झाली घाई. पालीला जाण्याचा प्लॅन कुणाचा? तुझा की माझा? पेढे, नारळ, हार सर्व तयारी फुकट... शी!"

"रडू नकोस. मी बघतो काही करता येतंय का?"

"काय करता येणार आहे तुला? सेकंड सॅटर्डे आहे आज. सरकारी ऑफिसं बंद!"

"बघतो."

"चलो सब अब. बहोत भूक लगी है यार."

"चलते है."

"त्यापेक्षा जरा वाळूवर पडून राहू या."

"नो वेज्."

''ठीक आहे. चलो सब.''

हा हा, ही ही, हु हु – नकला, टपला मारणं, चक्क अंडर वेअर खेचणंसुद्धा. आणि फोटो. सेलमधल्या कॅमेऱ्याने, हँडी कॅमने व्हीडिओ शूटींगसुद्धा. असं वाटत होतं की त्या बाराहीजणांना फक्त एकच क्षण माहीत होता, चालू. त्या त्या क्षणापुरतं सर्व होतं. ही अशी धमाल म्हणजे, क्षणभर बघणाऱ्यालाही हेवा वाटावा.

हल्ला करत बाराखडी किन्नरीत धडकली. आता सर्वांनाच अंघोळीची घाई झाली. मग काहीजणांनी माघार घेतली. बंगल्याच्या आवारात ठेवलेल्या केनच्या खुर्च्यांवर त्यांनी स्वतःला टाकून दिलं. पुन्हा बीअरचे टीन टणटणले. आणि खानसामाने जेवण तयार असल्याची वर्दी दिली.

मदमस्त संगीतात नाचणं सुरू झालं. अंगविक्षेप करत शरीरं हिंदकळू लागली. अंघोळी झालेले संगीतात. संगीत की कल्लोळ? हो, कल्लोळच. त्यात नाचू लागले. आणि बाकीचे अंघोळीला पळाले. धमाल, धरबंधन नसलेले विनोद, टाळ्यावर टाळ्या पडत होत्या.

आता सर्वांनाच भुकेची जाणीव तीव्रतेने झाली. कल्लोळ थांबला आणि जेवणावर सर्वांनी मनसोक्त ताव मारला.

काळाकभिन्न, कुळकुळीत; पण मऊशार वेडावाकडा पसरला होता. बदलत जाणाऱ्या निसर्गाकडे टक लावून उताणा. आता हवेत गारवा जाणवत होता. ओल्या मातीच्या सुवासाने तो बेभानलेला होता.

सौ. सुरेखा भोळेला चीडच आली होती. नुसता त्रागा चालला होता. पण ही चीड दाखवणार तरी कुणाला? श्री. सदाशिव भोळे ऑफिसात. तो कामातही असणार. आणि फोनवरून कसं आणि किती भांडणार? नुसते प्लॅन्स करायचे. दहादा चर्चा करायची. ठरवलेला प्लॅन उच्चार करकरून उगाळत बसायचा. मन स्वप्नरंजनात हरखून जातं अशाने. महिनोंमहिने घर-ऑफिस, ऑफिस-घर यातून एक दिवसाची सुटका. तशी ती तर दर रविवारी मिळतेच. पण हा रविवार म्हणजे अगदी खास असणार होता.

कर्ज काढून, कधीची बुक केलेली स्वतःची गाडी! हल्ली गाड्या काय, चार-पाच दिवसांत मिळतात, शिंप्याकडून चार-पाच दिवसांत ब्लाऊज शिवून मिळावा तशा. तरी ही गाडी मिळायला पंधरा दिवस लागले. निळाशार रंगच हवा होता. नेमका तोच स्टॉकमधे नव्हता. तडजोड करायची का? या सदाशिवच्या प्रश्नाला ठाम नकार दिला होता. चार-पाच दिवसांत मिळणार म्हणजे ब्लाऊज आणि गाडी एकाच लेव्हलच्या? काही फरक नाही? छे. पांढरा रंग नाहीच. निळाच हवा. मग

वाट बघणं. मुलांचा कित्ती हिरमोड झाला होता. त्यांना गाडीतून आजोळी जायचं होतं. नाही जमलं. आता त्यांना आणणं शक्य आहे, तर हा नंबर प्लेटचा गोंधळ!

बास, ठरवलं. काहीही करायचं नाही. राहू दे सर्व काम. घर जैसे थे! सरळ उठावं आणि निघून जावं बाहेर. ही शेजारीण तर... नकोच. कसंही करून गाडी उद्या कंपाऊंडमधे ठेवायची नाही. ठरलं.

सौ. सुरेखा भोळे जड पावलांनी आणि बधीर डोक्याने उठली. कितीही नाही म्हटलं तरी तिला घर आवरणं आवश्यक होतं. जरा अंधारूनही आलं होतं. बघता बघता पावसाला सुरुवात झाली. रिपरिप रिपरिप. हाही असा रडतखडत पडतोय हे बघून सुरेखा भोळेला अजूनच चीड आली. पुढल्या आठवड्यात रजिस्ट्रेशन होईल. पण पुढल्या रविवारी पालीला जाता येणार नाही. सोमवारपासून मुलांच्या शाळा सुरू होणार आणि अप्पूचा साखरपुडाही आहे म्हटल्यावर तिच्याच दिमतीला रहावं लागेल. आणि गाडीही द्यावी लागेल. आजची कॅज्युअलही फुकट गेली.

आता भुकेची जाणीव तीव्र झाली होती. सुरेखा भोळेने फक्त कुकर लावला होता वरण-भाताचा. आज रात्री गाडीच्या निमित्ताने, नव्या गाडीच्या निमित्ताने दोघांनी बाहेर जेवायला जायचं ठरवलं होतं. एकटीकरता कशाला जास्त काही बनवायचं! पण आता नुसता वरण-भात नकोसा वाटायला लागला. पापड तळला आणि सौ. सुरेखा भोळे जेवायला बसली. तोपर्यंत दोन-अडीच वाजले होते.

सर्वांनी हॉलमधेच पथारी पसरली. समुद्राच्या पाण्याने सर्वांना दमवलं होतं. त्यात बिअर आणि रात्रभर ड्यूटीमुळे झालेलं जागरण, पोट फुटेस्तोवर जेवणावर मारलेला आडवा हात. आता फक्त आराम. काही झोपले गाढ. काही गप्पा मारत होते; पण त्यांचीही जीभ जडच झाली होती. पांढराशुभ्र किन्नरी बंगला निजला. समुद्रानेही जरा विश्रांती घेतली. ढग हळूहळू जमत होते. कुणालाही पत्ता लागू न देता. दबक्या पावलांनी सूर्याला पांघरूण घालत, सर्वच शांत निद्रामय.

काळाकभिन्न, कुळकुळीत, पण मऊशार वेडावाकडा पसरला होता. बदलत जाणाऱ्या निसर्गाकडे टक लावून उताणा. तोही आता शिणला होता. त्यालाही आता विश्रांती हवी होती. तो आता शांत झाला आणि त्याने डोळे मिटून घेतले.

सौ. सुरेखा भोळेला खरंतर शांत झोपायचं होतं. झोप लागेल की नाही हा प्रश्न होताच. पण प्रयत्न करायचा होता. फोन वाजला म्हणून नाईलाजाने उठावं लागलं.

"हॅलो..."

"कोण सुरेखा ना?"

तिला या प्रश्नाचाही राग आला. आता घरात तिच्याशिवाय बाईमाणूस कुणी आहे का? लोकं काहीही विचारतात. संयम ठेवून सुरेखा भोळेने उत्तर दिलं,

"हो, सुरेखाच. तुम्ही कोण?"

"अगं, मी चंपाकाकू."

"तुम्ही कसा फोन केलात?"

"शशीने सांगितलं मला तू उद्या पालीला जातेस ना? माझं काम कर ना एक."

"काय?"

"अभिषेक कर बल्लाळेश्वरला अकरा रुपयांचा!"

"अकरा रुपयांचा?"

"हो, मी बोलले होते तसं. शशीला नोकरीत बढती मिळावी म्हणून आणि पावला ग तो. पंचवीस हजार पगार झाला त्याचा. शिवाय गाडी ड्रायव्हरसकट आणि जेवण कंपनीतच मिळणार रोज. अभिषेक कर हं... चांगला कर..."

काय म्हणावं अशा माणसांना. पंचवीस हजार पगार आणि अभिषेक अकरा रुपयांचा! मीसुद्धा काहीतरी असंच बोलायला हवं होतं. उद्या दर्शन दे बाबा. नवी गाडी घेऊन तुझ्या दाराशी आण रे. मी चांगला दोनशे एक्कावन्नचा अभिषेक करेन.

पुन्हा फोन.

"सुरेखा, मी गौतम."

"बोल."

"अगं, मघाशी म्हणजे सकाळी तुझा फोन आला होता. पालीला जातेस ना?"

"हं..."

"मी येतोय तुमच्याबरोबर. तेवढाच जरा चेंज."

"गौतम, मोस्टली नाही जमणार."

"का?"

"अरे, आमचंच जाणं रद्द होतंय बहुतेक."

"हो! अरेच्या बरं तर ठेवतो फोन."

कामापुरते सगळे. फुकटचं फिरायला हवं. एक पैसा खर्च करणार नाहीत प्रवासात. नाश्ता हवा असणारच. तेही बिल आम्हीच भरायचं.

पुन्हा फोन? आता हद्द झाली. ऐंगेज करून ठेवायला हवा. रिसीव्हरच काढून ठेवावा.

"हॅलो."

"अगं, मी आहे. एवढी चिडून काय हॅलो म्हणतेस?"

"मग काय? प्रेमळ हाक मारल्यासारखी बोलू?"

"अर्थातच, आपण उद्या जातोय."

"काय?"

"एस. आर. टी. ओ.कडून टेंपररी नंबर मिळालाय ना. मग काही प्रॉब्लेम नाही. मी चौकशी केली, आपण जाऊ शकतो."

"ए सदा, खरंच ना रे? मग मी तयारी करू? आज तर सर्व काम बाकी आहे."

"कर, नक्की कर. सकाळी बरोबर सात वाजता निघायचं."

"सदा, किती छान वाटतंय रे आता."

"वाऽ एकदम सदा."

"चल, चावटपणा बास कर हं."

"ए सुरेखा, नवीन लग्न आहे का आपलं? ठीक ठीक ठेवतो फोन. खूप काम बाकी आहे माझं. यायला थोडा उशीर होईल."

"मग डिनर?"

"जाऊ ना. तू तयार रहा."

"हो."

आणि सौ. सुरेखा भोळे लगबगीने कामाला लागली. पाच वाजत आले होते संध्याकाळचे. पाच ते आठ तीन तासांत घर आवरायचं, मुलांची छोटीशी बॅग भरायची, पूजेचं साहित्य वेगवेगळं करायचं. दोन हँड बॅग्ज् घ्यायच्या. त्याआधी छत्री, मुलांचे रेनकोट शोधायचे. बाहेर पावसाची रिपरिप थांबून मोठी सर येत होती. पहिला पाऊस, मस्त धुंद वातावरण, सुरेखा भोळे उठलीच.

आता हळूहळू किन्नरी बंगल्याला जाग येत होती. पाऊस धुवांधार कोसळत होता. वाफाळत्या चहाचा दरवळ बंगलाभर पसरला होता. एक एक करून बाराखडी जागी होत होती. पाच वाजत आले होते; पण अगदी संध्याकाळ झालीये असं वाटावं इतका काळोख पसरला होता.

"उठा रे, मस्त पाऊस आहे, भिजायचं का?"

"नको रे रूपेश, दुपारपर्यंत पाण्यातच होतो. आता जरा जड जड वाटतंय."

"चहा तयार आहे, तो घे. बरं वाटेल."

"अय्यंगार, ले तेरा मग. चाय बढिया है!"

"दिन खतम् हो गया?"

"अभी नही."

"अमित, चल बाहेर बसूया पाऊस बघत, समोर समुद्र... वा!"

"तू तर कवी व्हायला हवं होतंस. कवी नितीन!"

"झालो असतो, तशा केल्याही आहेत."

"पण? पण काय?"

''परिस्थिती रे, बाबा म्हणाले. लवकरात लवकर 'कमवण्याचं' बघा. नुसत्या बी. ए.ला कोण देणार नोकरी? मराठी भाषेत अव्वल आलो होतो. राहिलं सर्व.''

''असं बोलतो आहेस की संपलं सगळं. तू कविता आताही करू शकतो.''

''मन होत नाही. आठ-दहा तास फोनवर एकच रेकॉर्ड बोलत बसायची. सॉरी, म्हणत रहायचं. समोरच्याने कशीही उत्तरं दिली तरी दिलगिरी व्यक्त करायची, शिवाय त्याला गुड डे म्हणायचं. की पुन्हा दुसरा नंबर...''

''हो पण...''

''यात काव्य कुठाय सांगतोस?''

''नाहीये. पण पैसा आहे.''

''ॲट व्हॉट कॉस्ट?''

''अरे, ये सब सोचो मत. पहेले कमा लो. जितना हो सके उतना. उसमेंसे बचालो. दो-तीन साल बाद खुदका बिझनेस शुरू करो.''

''तुम्ही गुजराथी लोक फक्त बिझनेस... बिझनेस करत रहा.''

''और तुम लोक सपने में जिते रहो. प्रॅक्टिकल बनो. आज का जमाना, हम वैसे है.''

''कंपनी.''

''कंपनी क्या? पैसा मिलता है ना?''

''हम तो मजे करने के लिए काम करते है। चाहे सामने से गाली मिले या फूल बरसे. साला, यहां किसको फिक्र है।''

''यू आर राईट. जस्ट थिक ऑफ युअर सेल्फ. एन्जॉय लाईफ. ब्लडी. यू नीड मनी फॉर दॅट!''

चर्चेला ऊत आला. एक एक करून स्वत:ची मतं मांडू लागले. बाराखडीपैकी चौघांनाच पैशांची, नोकरीची खरी गरज आहे, हे किन्नरीला समजलं. बाकीचे असेच टाईमपास म्हणून नोकरी करणारे. कुणाला परदेशी जाऊन शिकायचं होतं म्हणून, तर कुणाला खरं करण्यासारखं काहीच नव्हतं म्हणून. कुणी मुलींसाठी, तर कुणी व्यसनांची पूर्तता करण्यासाठी. आधी कुणालाच ठाऊक नसलेली एकमेकांची बॅकग्राऊंड उघडत गेली. बाराखडी एकमेकांच्या जास्त जवळ आली. फ्रेंडशिप डे नसतानाही सर्वांनी एकमेकांना विश केलं. आता झाली ती एकदम पक्की मैत्री झाली. धुवांधार पाऊस आणि उसळणाऱ्या लाटा. हवेत येत असलेला गारवा. पत्त्यांचा अड्डा आणि गरमागरम भजीबरोबर व्हिस्कीचा हिंदकळता पेला. जमलीच मैफिल. संध्याकाळ चढत चालली. किन्नरीच्या बंगल्यात गझलचे स्वर वातावरण भारून टाकू लागले.

काळा कुळकुळीत, कभिन्न पण मऊशार वेडावाकडा पसरला होता. बदलत

जाणाऱ्या निसर्गाकडे तो आता पुन्हा टक लावून बघत होता, उताणा. शिणवटा गेला होता. पावसाची रिमझिम पुन्हा सुरू झाली होती.

सौ. सुरेखा भोळेने चक्क पंजाबी ड्रेस घातला. हा नेहमीसारखा साधासुधा नव्हता. तंग होता, शॉर्ट होता. गळ्याशी दुपट्टा यासारखी एक पट्टी. लांबलचक, लेस लावलेली. सुरेखा भोळे आरशासमोर उभी राहून स्वत:ला निरखत होती. ती अजूनही छान दिसते. दोन मुलांची आई वाटत नाही, हे तिचं तिलाच जाणवलं आणि ती सुखावली. बायकांची ही एक मोठी गंमत असते. मूल, मातृत्व हवं असतं. तो मातृत्वाचा आनंद हवाच असतो. मुलं मोठी होतात. आणि मग त्यांना जाणवतं, स्वत:मधे होत गेलेला बदल. वयस्कर दिसायला लागणं, शरीर लठ्ठ होत जाणं. मग मेंटेन करण्याची धडपड. आणि कुणी म्हटलं, 'दोन? एवढी मोठी मुलं आहेत तुम्हाला? वाटत नाही तुमच्याकडे बघून तसं.' जीव सुखावतो. सुरेखा भोळेही तशीच. तिने मेकअप् केला. केसांना झटके दिले.

घर आवरून झाल्यावर सुरेखा भोळेने शॉवरच घेतला होता, फ्रेश दिसायला हवं म्हणून. ओले केस सुकवण्यासाठी झटके देताना तिला ती फ्रेश दिसते हे जाणवलं. उभं राहिलं की तंग कपड्यांचं फिटिंग बरोबर असतं. पण बसलं की ओटीपोट कपड्यातून डोकावतंच. तिने बसून बघितलं. ओटीपोट दिसत होतं. काय करावं? हा सोपं आहे. बसल्यावर पर्स ठेवायची मांडीवर म्हणजे पोट दिसणार नाही.

श्री. सदाशिव भोळे धावतपळत घरी आला. सुरेखाला इतकं 'तयार, नटलेलं' बघून रात्रीचा हॉटेलिंगचा बेत रद्दच करावा असं त्याला वाटलं, मुलंही घरात नाहीत. अशी संधी परत मिळणार नाही.

"वा! काय सुरेख दिसत्येस!"

"हं... उगीचच आपलं."

"खरंच. छान दिसत्येस."

"अरे... ए जा आधी शॉवर घे."

"घेतो ना. पण त्याअगोदर तुझ्याशी बोलायचं आहे."

"ते बोळे उचल सॉक्सचे. घर बघ किती मेहनतीने लावलंय मी."

"ते बघतो. बोळे उचलतो. पण ऐक ना. आज आपण हॉटेलमधे नाही गेलो तर?"

"म्हणजे?"

"घरीच बसू. मस्त गाणी ऐकत. शांत– तू नी मी फक्त."

"म्हणजे? मी यापुढे जेवण बनवायचं?"

"नाही गं. हॉटेलमधून ऑर्डर करू."

“आणि एवढी तयार झाल्ये ती?”

“म्हणूनच तर म्हणतोय.”

“घरात बसायचं होतं, तर तयार कशाला झाले?”

“तू माझ्यासाठी नटतेस की इतरांसाठी?”

“दोन्ही.”

“हे बघ...!”

“कुणी बघायला नसेल तर नटण्यात अर्थ काय?”

“मी आहे तो पुरेसा नाही? लग्नाआधी म्हणत होतीस, फक्त तूच मला बघ आणि फक्त मलाच बघ.”

“हो. पण...”

“ए, वाद घालायचा नाही आज.”

“बरं.”

“येस्!”

“ऑर्डर काय करणार आहेस?”

“चायनीज्. तुझ्या आवडीचं.”

“पण तुला आवडत नाही ना!”

“आज काय वाट्टेल ते मागव, आवडेल.”

“जुने दिवस आठवले रे!”

“हो ना. मलाही. मुलंही नाहीयेत. पुन्हा अशी प्रायव्हसी मिळणार नाही.”

“चालेल. मी ऑर्डर देते. तू तुझं आवर तोपर्यंत.”

आणि सौ. सुरेखा भोळेने पंजाबी डिशेस् मागवल्या, श्री. सदाशिव भोळेंच्या आवडीच्या. ही संध्याकाळ हळूहळू चढत गेली. मनातली जळमटं धुवून गेली. बाहेर पावसाने धरणीमातेला प्रफुल्लित करण्याचं काम चालू ठेवलं होतं. इथे घरात श्री. व सौ. भोळे प्रफुल्लित होत गेले.

किन्नरी हळूहळू शांत होत होता. रात्रं चढत होती. गंभीर, प्रेमळ चर्चा संपत आल्या होत्या. आरामाचा, मजेचा दिवस सरला होता. उद्या रात्री पुन्हा... ‘यस् सर, धिस इज्. सो अँड सो– मे आय्...’ सुरू होणार होतं; पण या एका दिवसाने बाराखडीच्या झोळीत आनंद, मैत्रीचा भरणा टाकला होता. कायम एकमेकांना साथ द्यायची. कुठेही असलो तरी, अशा आणाभाका झाल्या होत्या. हुल्लडगिरी कधीचीच संपली होती. वय लहान असूनही समंजस झालं होतं. प्रत्येकाने प्रत्येकाला मिठी मारून अशा तऱ्हेने एकजीवाचा दिलासा दिला. गळ्यात गळे घालून जुनी पुराणी गाणी गायली गेली. दर्दभरी. तो जो एक खास सुगंध असतो अशा गाण्यांना जी

चटका लावतात आणि गहन बनत जातात. त्या गाण्यांची झिंग पांघरत बाराखडी किन्नरीच्या हॉलमधेच पसरली.

हीच मुलं सकाळी जेव्हा आली तेव्हा खोल्या मिळवण्यासाठी, शेअर करायला लागू नये असा विचार करत कब्जा घेत होती. किन्नरीला हसू आलं. खोल्या ओस पडल्या होत्या. मित्रत्वाच्या, प्रेमाच्या भावना हॉलमधे सामावल्या होत्या.

काळाकभिन्न, कुळकुळीत, पण मऊशार वेडावाकडा पसरला होता. बदलत जाणाऱ्या निसर्गाकडे टक लावून बघत होता, उताणा. अधूनमधून चांदण्या चमचमत होत्या आणि ढगांतून दिसणारा धुसर चंद्र अजूनच शीतल वाटत होता.

"अगं उठ. वाजले बघ किती?"

"थांब ना. जरा झोपू दे."

"झोपून चालणार नाही. उशीर होईल निघायला."

"काय घाई आहे? जागरण झालंय. झोपू दे."

"बरं, मी चहा करतो. गिझर ऑन करतो. तोपर्यंत तू उठ."

"हं."

श्री. सदाशिव भोळे चहा करायला गेला. अनेक वर्षांनंतर अशी सुखद सुस्तावलेली सौ. सुरेखा भोळे, तिला उठवत नव्हतं. बंद डोळ्यांनी ती रात्रीची झिंग पुन्हा अनुभवत होती. गालातल्या गालात हसत होती. श्री. सदाशिव आणि सौ. सुरेखा अजूनही आतून तरुण आहेत, हे तिला जाणवलं. ती सुखावली.

"आता कमाल झाली तुझी.. उठ... चहा तयार झालाय. पाणी तापलंय."

सुरेखा भोळेला सदाशिव भोळेचा राग आला. लगेचच इतका कोरडा कसा होऊ शकतो हा माणूस?

"उठा बाईसाहेब. मी खाली जातोय. गाडी धुवायला सांगायची आहे. नीट लक्ष देऊन धुवून घ्यायला हवी. डिझेलही भरून येतोय. तयार हो तोपर्यंत."

सौ. सुरेखा भोळे दाणकन ब्लॉकच्या जमिनीवर आली. पालीला जायचंय. हो! तयारी करायला हवी. मग मात्र ती उठलीच. बेड आवरणं, नाश्ता तयार करणं. आज घरकाम करणाऱ्या बाईला येऊ नकोस म्हणून सांगितलं होतं. कालच्या डिशेस् धुवायच्या होत्या. केर काढायचा होता.

सर्व करेतो दीड तास गेला. सदाशिव भोळे गाडी जय्यत तयार करून कधीचाच आला होता. स्वत:चं आवरून चुणीदार झब्बा घालून पेपर वाचत बसला होता. दर दहा मिनिटांनी सुरेखा भोळेला 'उशीर होतोय' हे सांगत होता.

होता होता नऊ वाजले आणि श्री. सदाशिव भोळे सौ. सुरेखा भोळेवर तणतणत

ब्लॉक नं. ७ला डबल लॉक करून कल्पना सोसायटीच्या गेटपाशी पोहोचले. त्यातल्या त्यातही सौ. सुरेखा भोळे, बिल्डिंगच्या गॅलरीत कुणी बघणारं आहे का त्याचा तिरप्या कटाक्षांतून आढावा घेत होती. एक साधा हार निळाशार इंडिकाला घालून, पूजेच्या साहित्याच्या बॅगा घेऊन सदाशिव भोळे आणि सुरेखा भोळे गाडीत बसले. सीटच्या प्लॅस्टिक कव्हर्सचा चरचरीत आवाज झाला. फट्-फाट आवाज होत दोन दरवाजे बंद झाले आणि निळीशार इंडिका पालीच्या दिशेने हळूवार निघाली.

"रामू, संतोष, किथ, पंकज जाग जाओ यार सब!"

"क्या हुआ? पानीमें जाना है क्या?"

"नही. घर चलना है।"

"एवढ्या, रामप्रहरी?"

"हां यार, निकलना पडेगा।"

"काय घाई आहे?"

"नाहीतर काय? शिफ्ट रात्रीची आहे. आरामात जेवून निघू."

"सही कहां. दो दिनका भाडा दिया है। वसुली करना जरूरी है।"

"अरे... भाडं काय? मला निघायचंच नाहीये, हे महत्त्वाचं."

"चलना पडेगा। जल्दी निकलेंगे. घर जाके आरामसे सोअेंगे। रात को मिलेंगेही सब। और मुझे कार भी देनी है डॅड को."

"हे तुला कधी कळलं?"

"अभ्भी. मेसेज् आया है उनका. चलो ना यार।"

अकरा गडी चरफडले. कुणी उठायला तयार नव्हतं. हिमांशु मेहताला मुंबईला परतायची घाई झाली होती. मेसेज् आला होता ही गोष्ट खरी, पण डॅडचा नव्हता, पल्लवीचा होता, त्याची गर्लफ्रेंड. पल्लवीला हिमांशुला भेटायचंच होतं. 'शी वॉज मिसिंग हीम.' मग हिमांशु मेहताही पल्लवीला मिस करायला लागला. जाना तो जरूरी था। बाकीचे हे कारण सांगितले तर हुल्लड करतील म्हणून डॅडचं नाव.

चरफडत, कंटाळत एक एक जण उठले.

"समझाना तेरे डॅड को। सात बजे तक पहुँच जायेंगे।"

"नही मानेंगे।"

"काय इमर्जन्सी आहे? विचार ना फोन करून."

"या बता देना मेसेज मिलाही नही."

"हां. हे बेस्ट आहे."

"हो, फोन केला तर ऑर्डरच देतील. मग नाही म्हणता येणार नाही."

"मैं समझ सकता हूँ, लेकिन क्या करू, मैं खुद भी नही जाना चाहता।"

"चलो यार, त्याची पण मजबूरी आहे."
"वरना ऐसा करें। आप क्वालिससे आ जाना आरामसे, मे निकलता हूँ।"
"नही रे, साथ आये है, साथही जायेंगे।"
"कमीतकमी चहा तरी घेऊ या?"
"हां, मैने खानसामा को बोल दिया है!"
"चला संपली मजा."
"चिंता नको. येऊ परत आपण."
"केव्हा?"
"वो भी जमायेंगे ना। मैं यही गाडी लेकर आऊंगा।"
"नको, तुझ्या डॅडचा मेसेज येईल तेव्हा परत."
"अरे, उसको ऐसे टोक मत।"

सगळे जबरदस्तीने तयार झाले. नीळ घालून धुतल्यासारख्या पांढऱ्या शुभ्र किन्नरी बंगल्यातून बाहेर पडताना सर्वांनाच जड जात होतं. फक्त हिमांशु मेहता तेवढा खूष होता. सगळ्यांचं सामान क्वालिस आणि हिमांशु मेहताच्या गाडीच्या डिकीमधे भरून होईपर्यंत हिमांशु मेहताने पल्लवीला मेसेज पाठवला. 'रिचिंग बाय वन. मीट मी अॅट टू ऑन द सेम प्लेस, लव्ह यू डियर.'

दोन्ही गाड्या सुसाट सुटल्या. आलिबागचा नागमोडी रस्ता, घाटावर मध्येच असलेलं देऊळ मागे पडलं.

श्री. सदाशिव भोळे आणि सौ. सुरेखा भोळे वाशीच्या पुढे पोहोचले.
"सदा, किती सावकाश चालवतो आहेस? जरा स्पीड घे."
"स्वतःने उशीर करायचा आणि..."
"झाला उशीर? काय करू मग?"
"मला घाई करू नकोस."
"अरे, पण रस्ता एवढा मोकळा आहे..."
"नवीन गाडी साठ स्पीडपेक्षा जास्त स्पीडवर पळवायची नसते."
"कुणी सांगितलं?"
"मित्राने."
"त्याला काय कळतंय? चल ना जोरात... थोडंतरी."
"तू का उशीर केलास?"
"तुझ्याचमुळे झाला उशीर."
"वा! म्हणजे चूक पुन्हा माझीच."
"वाद घालू नकोस."

"तूही."

रेस चालू होती. क्वालिस पुढे जाते की हिमांशु मेहताची एस्टिम! 'बक अप् गो बॅक' आरडाओरडा चालू होता. हिमांशु मेहताच्या गाडीतले अय्यंगार, नितीन टांकसाळे आणि अमित खन्ना हिमांशु मेहताला चिअरअप् करत होते. त्यालाही मुंबई गाठायची घाई होतीच. पेण मागं पडलं. कर्नाळा दिसू लागलं.

"पनवेलला पोहोचेपर्यंत दोन तास गेले."

"आता मधे थांबू नकोस. चहाची तल्लफ आली असेल तुला म्हणून म्हटलं."

"नाही थांबत बाई. पण आता ट्रकचा ट्रॅफिक बघ ना?"

"खूपच उशीर होणार..."

"तुझ्यामुळे."

"मी गप्पच बसते आता."

कर्नाळा, मस्त पाऊस. या भागात नेहमी पाऊस असतो. कर्नाळा मागे पडलं. कधी क्वालिस पुढे, तर कधी हिमांशु मेहताची एस्टिम पुढे. ट्रक्स, मोठमोठाले लांबच लांब ट्रेलर्स ओव्हरटेक करणं प्रत्येक वेळी जमत होतं असं नाही. भिनला होता तो स्पीड. त्यात एकमेकांवर चालू असलेली कुरघोडी. शेवटी हिमांशु मेहताला क्वालिसला ओव्हरटेक करायला चान्स मिळाला.

काही अंतरावर कर्नाळा. बराच पल्ला श्री. सदाशिव भोळेने गाठला. सतत हॉर्न वाजवत निळीशार इंडिका पनवेलला मागे टाकून कर्नाळ्याच्या रस्त्याला लागली. क्षणभर विश्रांतीमधे चहा घ्यायचाच. श्री. सदाशिव भोळेने ठामपणे सौ. सुरेखा भोळेला सांगितलं.

क्षणभर विश्रांती. मागे पडलं आणि हिमांशु मेहताची एस्टिम क्वालिसला ओव्हरटेक करत पुढे आली.

ट्रेलर ओव्हरटेक करायला जागा देत नव्हता म्हणून श्री. सदाशिव भोळे तडकला होता.

आणि मग एकच मोठा आवाज झाला.

सदाशिव भोळेने करकच्चून ब्रेक मारला, हिमांशू मेहताने करकच्चून ब्रेक मारला. पण उशीर झाला होता. दोन गाड्यांमधला ट्रेलर, हिमांशू मेहता ट्रेलरवर धडकला होता. मागून येणारी क्वालिस कशीबशी थांबली. हिमांशू मेहता आणि अय्यंगार, नितीन टांकसाळे आणि अमित खन्ना ट्रेलरखाली चिपले गेले.

सुरेखा भोळेला भोवळ आली. रक्ताचा एवढा पाट आणि समोरचं दृश्य बघून

सदाशिव भोळे थरथरत होता. स्वार्थी सदाशिव भोळेचं मन त्याला सांगत होतं, 'उशीर झाला बरं झालं नाहीतर... कदाचित...'

क्वालिस रिकामी झाली. दोस्त धावत आले; पण...

का नाही ऐकलं हिमांशू मेहताने? सगळे सांगत होते, दुपारी निघू.

काळा कुळकुळीत, कभिन्न मऊशार जो वेडावाकडा पसरला होता. बदलत जाणाऱ्या निसर्गाकडे टक लावून बघत होता, उताणा. तो खडबडून जागा झाला. त्याच्या अंगावरून चिकट स्राव, ओघळ. ओघळत होता. त्याला चीड आली. तो आक्रोश करू लागला, किंचाळला.

"गधड्यांनो, माझ्या अंगावर हा लाल चिकट स्राव कधीच व्हायला नको होता मला. इथे, या इथे माझ्या वळणावर, माझ्या शरीरात जखम करून ही पाटी ठोकलीय. 'अपघाती वळण, वाहने सावकाश हाका' वाचता आली नाही का? कसला माज आला आहे तुम्हाला? अक्कलशून्य, मिजासी असलेली माणसं तुम्ही. का स्वत:चं आयुष्य पणाला लावता? आणि का मला दु:खी करता? कसली घाई आहे तुम्हाला. हा इतरांचा आक्रोश मला ऐकवत नाही. ही छिन्नविन्न झालेली प्रेतं मला बघवत नाही. नका यांना माझ्या अंगावर पसरू."

काळाकभिन्न कुळकुळीत, मऊशार आक्रोश करत राहिला. टक लावून इतका काळ बघत बसलेल्या आकाशाला म्हणाला,

"अरे पावसा, नुसता हळूवार पडू नकोस. सुसाट पड तडातडा. तुझ्या आवाजाने तरी हा आक्रोश लपव. तडातड तडतड. हे माझं मऊसूत अंग उखडून टाक. हे बघ मी गदगदतोय. मीच मला जखमा करू घेतोय."

आत्ता एका महिन्यापूर्वीच माझ्या जखमा भरल्या होत्या. रोलरने मलमपट्टी केली होती. काळ्या डांबरी रंगाने मी चकाकत होतो. जाणारे-येणारे माझं कौतुक करत होते. मी फुशारलो त्या कौतुकाने.

पण आता बास! मला माझ्या जखमाच चांगल्या वाटतात. लोक शिव्या घालतात 'कसला घाणेरडा रस्ता आहे, किती खड्डे आहेत.' राग यायचा तेव्हा. पण आता पड रे, टोचशील असा. भगदाडं पाड मला. विद्रूप कर, म्हणजे तरी हे लोक गाडी हळू चालवतील. आणि माझ्या अंगावर हे लाल चिकट स्राव ओघळणार नाहीत. मेहेरबानी कर. मला उखडून टाक.'

काळाकभिन्न, मऊशार, उताणा पडून बदलत जाणाऱ्या निसर्गाकडे भीक मागत राहिला, मागतच राहिला.

■

आटपाट नगरी

एक आटपाट नगर होतं. या नगराचा एक राजा होता. राजा शूर होता की नाही हे अद्याप कळलं नव्हतं. कारण नगरावर कुणी शत्रू चाल करून आलाच नव्हता. राजा म्हटल्यावर राणीही हवीच. त्याप्रमाणे तीही होती. पण एकच राणी होती. कारण या राजाच्या दादा, आजोबा राजांनी त्या काळात नियम केला होता. राणी एकच असेल. तेव्हा ती एकमेव राणीच आवडतीही असायला हवी आणि नावडतीही. या नियमानुसार राजा या एकाच राणीत त्याच्या मर्जीनुसार कधी आवडती आणि कधी नावडती राणी बघत रहायचा. नगर म्हटल्यावर प्रधान हवाच. नाही तर राज्यकारभार कसा चालणार? तर प्रधान होता. आणि प्रधानाने नेमणूक केल्याप्रमाणे मंत्रिमंडळही होतं. हे मंडळ स्वाभाविकतेने प्रधानाचे आप्तज यांनी भरलेलं होतं. त्यामुळे राज्यकारभार सुरळीत चालू होता.

प्रधान मातब्बर असल्यामुळे राजाला काही कार्य नव्हतं. कार्य होतं ते फक्त कुठे कसल्या उद्घाटनांना जा किंवा सांस्कृतिक कार्यक्रमांना हजेरी लावा. राजाच्या विरंगुळ्यासाठी एक विदूषक हवा. हा विदूषक हरहुन्नरी हवा. तसा तो होता. राजा-राणीला हसवता हसवता नगरात घडणाऱ्या घडामोडी विदूषक कथन करायचा.

असा एकंदरीतच आल्हाददायक आटपाट नगरीचा कारभार होता.

सर्व आल्हाददायक असूनही विदूषक मात्र अस्वस्थ होता. त्याला ही नगरी उच्च पातळीवर पोहोचायला हवी होती. आणि याकरिता त्याला राजाच्या सहकार्याची निकड होती. पण राजा आनंदी, सुखी होता कारण तसंच सुखी आटपाट नगरीचं चित्र प्रधान रोज त्याच्यासमोर रंगवत होता.

विदुषकाची तगमग बघून त्याच्या भार्येने पृच्छा केली,

"स्वामी, अस्वस्थ का?"

"आहे मी अस्वस्थ. महाराजांना नगराची खरी वार्ता देता येत नाही म्हणून.

प्रधानावर राजांचा अंधविश्वास बघून मी अस्वस्थ आहे. आटपाट नगराची होऊन राहिलेली अधोगती राजांना समजणं अत्यावश्यक आहे. पण कसं कळणार हे राजांना, या विवंचनेत मी आहे.''

''स्वामी, मी साधी गृहिणी. या एवढ्या प्रलयकारी संकटावर मी पामर काय बोलणार? परंतु माझ्या अल्पबुद्धीनुसार काही सांगावंसं वाटतं.''

''बोल भार्ये...''

''स्वामी, तुम्ही दररोज राजेमहाराज आणि राणीसरकारचं मनोरंजन करण्यास जाता. तेव्हाच त्यांना हसवता हसवता नगरातल्या घडामोडीही सांगता.''

''बरोबर...''

''या घडामोडी. अशा स्वरूपात सांगाव्यात; जशी एखादी कहाणी...''

''त्याने काय होईल?''

''ही कहाणी सत्य आहे, हे त्यांना सूचित करा.''

''मग?''

''त्यांचा विश्वास बसणार नाही.''

''म्हणजे मी शिक्षेस पात्र ठरेन. भार्ये, तू माझ्याबरोबर संसार करण्यास नाकारते आहेस का?''

''स्वामी, स्वप्नातही असा विचार करू नये.''

''मग?''

''पुढे सांगते, ते श्रवण करावं.''

''सांग.''

''महाराजांचा विश्वास बसणार नाही. मग तुम्ही त्यांना नगरात फेरफटक्यासाठी उद्युक्त करा. म्हणजे तुम्ही कथन केलेली कहाणी ते, त्यांची देही त्यांची डोळा बघतील आणि तुमचं ईप्सित साध्य होईल.''

''ब्रेव्हो... भार्ये. तुझ्यासारखं कुणीही नाही. येतो मी.''

उत्साहित होतो तसा विदूषक राजमहाली दाखल झाला. प्रात:काळापासून सांजवेळेपर्यंत कॉम्प्युटरवर 'हार्टस्' आणि 'फ्री सेल' खेळून राजा आळसावला होता. विदुषकाला बघून त्याचा आळस लुप्त झाला आणि प्रफुल्लित वदनाने त्याने विदुषकाचे स्वागत केले. विदूषक मुजरा करण्यासाठी वाकत होताच तोच राजाने त्याला अडवले. आदल्या दिवशीच नव्याने सुरू झालेल्या 'कौन बनेगा करोडपती'चा प्रथम भाग राजाने बघितला होता आणि तो राजाला भावला होता. विदुषकाला राजाने थांबवले आणि त्यास मुजरा करू न देता राजा उद्गारला.

''ये विदुषका! मुजऱ्यापेक्षा तू माझ्या मिठीत ये.''

विदूषक अचंबित झाला. जबरदस्तीची ही मिठी त्याने नाईलाजास्तव स्वीकारली.

"ये, बैस आता हालहवाल सांग."

आसनस्थ होत विदूषक म्हणाला,

"महाराजांचा जय असो."

"आम्ही तुझी चातकासारखी वाट बघत होतो. संपूर्ण दिन त्या पत्त्यांमधे व्यतीत केला. पण संपूर्ण खेळी एकदाही जिंकलो नाही. आमच्या शौर्याची आम्हालाच शंका येऊ लागली आहे."

"सत्य!"

"काय?"

"सत्य आहे महाराज."

"हाऽऽ हाऽऽ हाऽऽ!"

"महाराज."

"विदुषका, हा तुझा विनोद आम्हांस कल्पनातीत आवडला."

"महाराज, आज विनोद नकोत."

"मग रे?"

"आज कहाणी सांगतो."

"कहाणी? जरूर, जरूर सांग."

"ऐका तर."

आणि विदुषकाने कहाणीला प्रारंभ केला.

"लाली, हे तुझं काय चाललंय?"

"अभ्यास करते, आई."

"अभ्यास चाललाय की चित्र काढतेस?"

"तोही एक अभ्यासच आहे ना?"

"चित्र काढून परीक्षेत पास होणार आहेस?"

"पण मला परीक्षा नकोच. मी फक्त चित्र काढणार."

आईला काय करावं कळेना. याही वर्षी जर लाली परीक्षेत पास नाही झाली तर अगदीच बदनामी होणार. सर्व जग हसणार आणि बाबा पुन्हा दुषणं देणार ती आईलाच.

लालीला या परीक्षेची पर्वा नव्हती. ती सप्तरंगात न्हाऊन जाऊ इच्छित होती. या रंगांनी आणि त्यांच्या छटांनी तिला सैरभैर केलं होतं. रंग बघितले की लाली लहानपणापासूनच हरखून जायची. उगवत्या सूर्याचा रंग, त्यामुळे रंगणारं आभाळ आणि मावळत्या सूर्याच्या रंगात हेलकावणारा, चकाकणारा, सोन्याची नाणी

हिंदकळवणारा समुद्र! पावसाच्या वर्षावाने धुवून निघालेली झाडांची पानं आणि त्या पानांच्या निरनिराळ्या हिरव्या रंगाच्या छटा. अग्नीची लाल-पिवळी सळसळती धग आणि ज्योतीची शांत पिवळाई ऊब! नाजूक फुलांची लव्हेंडर छटा आणि जांभळाची गडद जांभळी! कसं मन भरणार? 'बाळाचे पाय पाळण्यात दिसतात' म्हण खोटी नाही. नाहीतर सर्वं नावं बाजूला सारून 'ल' अक्षर आलं म्हणून 'लाली' हेच नाव का ठेवलं गेलं? पण आईबाबांना लालीची रंगात रंगण्याची वृत्ती समजत नव्हती. त्यांना एकच कळत होतं. 'लाली'ने या वर्षी तरी पास होणं आवश्यक आहे. नाही तर त्यांच्या इभ्रतीची भंबेरी उडणार.

"लाली आईवडिलांच्या या सक्तीने त्रासली होती. चित्रकला शिकायला मॅट्रिकची परीक्षा पास व्हायलाच हवी ही सक्ती कशासाठी? हे तिला समजत नसे. आईबाबांना लालीच्या कलेचं महत्त्व नव्हतं. त्यांना ती डॉक्टर व्हायला हवी होती. तिच्या कुवतीची त्यांना कल्पना असूनही आणि तिच्या कलेची जाण असूनही.

"महाराज, शैक्षणिक अध्ययनाला आणि आईबाबांच्या इच्छेला लाली बळी पडली. शिक्षणाची दहशत आणि आईबाबांची सततची बोलणी यामुळे शेवटी लालीने आत्महत्त्या केली."

"काय कथन करतो आहेस, विदुषका? या अशा कहाण्या आम्हास ऐकवत नाहीत."

"ही कहाणी नव्हे महाराज, ही सत्यघटना आहे."

"कुठे रहातात हे असे बेजबाबदार आणि स्वत:च्या इच्छेपोटी एका निष्पाप जीवाला जीवहत्त्या, आत्महत्त्या करण्यास भरीला पाडणारे पालक? कुठल्या नगरीची ही सत्यकथा?"

"आपल्याच, महाराज!"

"काय?"

"होय. आपल्या नगरीचीच ही सत्यकथा. आपल्याच नगरीतले हे नियम. प्रत्येक बाल्य शैक्षणिक क्षेत्रात यशवंत होईलच असं नाही. प्रत्येक बाल्याची काही मनोवृत्ती असते, कल असतो; पण हा कल जोखला जात नाही. कारण शैक्षणिक किमान गुणवत्ता हायर सेकंडरी हवीच. तरच इतरत्र प्रवेश उपलब्ध होतो. आणि खेदाची गोष्ट अशी की शैक्षणिक अध्ययनाचा पुढील अध्ययनात उपयोग होतोच असं नाही. उदाहरणादाखल एक नमुना सांगतो. 'आपला शैक्षणिक मंत्री आठवी नापास आहे, तरीही तो शैक्षणिक मंत्री आहे.'

"कुणी केलं त्यास?"

"आपल्या प्रधानाने, महाराज. ज्याची गुणवत्ता आठवी नापास आहे अशी

व्यक्ती शिक्षण क्षेत्रात मोलाचे निर्णय घेत आहे.''

''हे अगोदरच का नाही आमच्या कानावर घातलं, विदुषका?''

''आपण व्यग्र होता शाळा-कॉलेजची उद्घाटनं करण्यात...''

''या क्षणापासून शिक्षणक्षेत्राचे नियम आम्ही बदलत आहोत. कोण आहे रे तिकडे?''

''महाराज!'' दारवान नम्रतेने महाराजांसमोर लवून मुजरा करत उद्गारता झाला.

''जा आणि स्टॅम्प पेपर घेऊन ये आणि मीडियावाल्यांना आमंत्रित कर. आम्ही घोषणा करू इच्छितो ती आजच्या आज सर्व वाहिन्यांवरून प्रसारित झालीच पाहिजे.''

''हो, महाराज.''

विदूषक आनंदित झाला आणि अश्ववेगाने स्वगृही परतला. भार्येला आलिंगन देत म्हणाला.

''भार्ये, आज तुझ्यामुळे मी माझं एक ईप्सित साध्य केलं.''

''स्वामी, मला आकलन होईल असं सांगावं.''

''त्वरेने टीव्ही लाव आणि आजचे ठळक समाचार बघ.''

टीव्ही लावला गेला आणि पडद्यावर महाराज दिसू लागले. शेरवानी, दुपट्टा आणि शिरपेच! महाराज राजबिंडे दिसत होते. ते बोलू लागले,

''प्रियजन, आम्ही आज एक ऐलान करत आहोत. सर्व पालकांनी अगदी कान देऊन ऐकणे आहे आणि त्वरित पालन करणे आहे. आपल्या नगरात सर्व वयोगटातील बालके आहेत. ही बालके पुढे जवान होतील आणि हे जवानच आपल्या नगराचे भावी नागरिक असणार आहेत. परिस्थिती आणि या बालकांचा शैक्षणिक कल बघूनच त्यांना यापुढे शिक्षण दिले जाईल. ज्या ज्या बाल्यास ज्या ज्या कलेची आवड असेल त्या त्या कलेत त्याने नैपुण्य मिळवलेच पाहिजे, ही सक्ती असेल; पण शैक्षणिक अध्ययनाची सक्ती यापुढे केली जाणार नाही. सर्व पालकांनी या ऐलानाची दखल घ्यावी आणि या ऐलानाप्रमाणे जर कुणी वागत नसेल तर त्या पालकांवर जबरदस्त दंड लादला जाईल. पालकांनी स्वतःच्या महत्त्वाकांक्षा बालकांवर लादून चालणार नाही, याचीही नोंद घ्यावी. हे सर्व एवढ्याचसाठी की आपलं आटपाट नगर सुखी व्हावं. धन्यवाद.''

नगरात आनंदोत्सव उत्स्फूर्तपणे साजरा केला गेला. महाराजांचा जयजयकार झाला. शिक्षणमंत्री मात्र त्रागा करत राहिले. कारण शैक्षणिक गुणवत्ता नसूनही महाविद्यालयात प्रवेश देण्यासाठी जो फुकटचा निधी त्यांच्या खिशात जमा व्हायचा त्याला खिळ बसली.

राणीसरकार महाराजांवर जास्त लुब्ध झाल्या. सेवक-सेविका दोघांचीही जास्तच इमानेइतबारे सेवा करू लागल्या.

असे आनंदी, सौख्यभरे दिवस व्यतीत होत होते. विदुषकाची विदुषकी चालू होती. अशाच एका सांज वेळी विदूषक राजमहालात हजेरी देण्यासाठी प्रवेशता झाला.

"मुजरा नाही विदुषका, आलिंगन."

"हो महाराज."

"आसनस्थ हो."

"आज्ञा."

"विदुषका."

"जी."

"तू का नाही या 'लाफ्टर चॅलेंज'मधे भाग घेत! आम्हास विश्वास आहे की तूच यशस्वी होशील आणि आपल्या आटपाट नगराचं नाव दाही दिशा करशील."

"क्षमस्व, महाराज. पण मला नाही ते जमणार."

"का असे?"

"मी जगविख्यात विदूषक झालो तर आटपाट नगरात माझं वास्तव्य कमी होईल आणि आपल्या सेवेस मी मुकेन."

"हा... हा... हा..."

"यात विनोद नव्हता, महाराज."

"तेवढं आम्हास कळते, विदुषका. आम्ही हसलो ते या टीव्हीवर कथन होणाऱ्या विनोदावर..."

"महाराज, हा विनोद काहीच नाही. कारण हा कपोलकल्पित विनोद आहे. मी आपणास एक दृश्य विनोद सांगतो."

"अरे वा, झकास, सांग."

"महाराज, मी काही दिवसांपूर्वी नगरात रमतगमत फेरफटका करत होतो. माझ्यासोबत माझा साडेपाच वर्षे, अठ्ठावीस दिवस, साडेतेवीस तास, साडे एकोणसाठ मिनिटे, साडेएकोणसाठ सेकंदाचा पुत्र होता."

"अरे! एवढा मोठा झाला?"

"होय, महाराज. तर पुत्रासमवेत मी महाराणींच्या बागेत जात होतो. पुत्र माझा अगदी चलाख असल्याकारणाने त्याचं सर्वत्र अवलोकन चालू होतं. चालता चालता माझ्या लक्षात आलं की नगराचा तो पथ उखडलेला आहे आणि काही मजूर तो जास्तीतजास्त उखडत आहेत. मी कुतुहलापोटी चिकित्सा केली तर समजलं की जुना अत्यंत मजबूत पथ उखडून पुन्हा नव्याने बांधण्याची आज्ञा झाली आहे. असेल

काहीतरी असे समजून मी पुढील पथावर पोहोचलो. तो पथ मात्र विवरांनी हीनदीन झाला होता. त्यामुळे वाहतूक हाळू चालली होती. आणि कर्णकर्कश अशा वेगवेगळ्या वाहनांच्या भोंग्यांनी परिसर दणाणून गेला होता. विवरांमधून प्रवासताना वाहनं हिंदकळत होती. पुत्राचं अवलोकन चालूच होतं. आणि अगदी ध्यानीमनी नसताना पुत्र त्या कर्णकर्कश वाहनांच्या भोंग्यापेक्षा जास्त कर्णकर्कश स्वरात म्हणाला,

"तात, जहाज बघा."

"जहाज? आणि पथावर."

"होय, महाराज..."

"हा... हा... हा... विदुषका, तुझाच पुत्र तो..."

"पण तो असं का म्हणाला, हे तर विचारावं."

"हा... हा... सांग सांग..."

"विवरांमुळे वाहनं हिंदकळत होती. कधी एक चक्र या विवरात तर दुसरं चक्र त्या विवरात. त्या हिंदकळणाऱ्या वाहनांनी त्याला जहाजाची आठवण करून दिली. जहाज जसं सागराच्या पाण्यावर विहार करताना हिंदकळतं तसं इथे पथावर विवरांच्या किमयांनी वाहनं..."

"वा वा वा... हा. हा... हा... विदुषका, तुझ्या पुत्राच्या अवलोकनाचं जाहीर कौतुक व्हायला हवं. एवढ्याशा जीवाला जे दिसलं, ते तुम्हा-आम्हा मंडळींना दिसलं नाही. वा वा वा... जहाज... हा हा हा..."

"क्षमस्व महाराज, पण काही बोलू का?"

"बोल विदूषक, आम्ही प्रभावित झालो आहोत. पुत्रास सन्मानार्थी काय द्यावं?"

"विवरविरहीत पथ, महाराज!"

"काय?"

"होय, महाराज. पुत्रास समजायला हवं पथावर वाहनंच धावणार आणि जहाज सागरावर हिंदकळणार. या दोन गोष्टींची गल्लत त्याच्या दूरदृष्टीसाठी आणि अवलोकनासाठी हानीकारक ठरू शकेल."

"पटलं, विदुषका. आता सांग आम्ही काय करायला हवं? पुन्हा ऐलान करावं?"

"नाही, महाराज. आपण सार्वजनिक बांधकाम विभागाच्या मंत्र्याला आमंत्रित करावं. चांगले सुदृढ पथ का उखडले जात आहेत याची वास्तपूस्त करावी आणि विवर असलेले पथ का बरे डागडुजीशिवाय ठेवले आहेत, याचा जाब विचारावा. 'यापुढे आटपाट नगरातील एकही पथ अकारण उखडला जाणार नाही आणि प्रत्येक पथ विवरमुक्त असेल' असा लेखी दस्तऐवज मंत्र्याला ताकीद देऊन द्यावा. अन्यथा त्याची मंत्रीपदावरून हकालपट्टी होऊन त्याला पदपथावर आणले जाईल, अशी स्पष्ट ग्वाही द्यावी..."

"वा, विदुषका. झकास..."

आटपाट नगरीचे प्रजाजन हर्ष पावले. आता पथावरून वाहनं विनासायास भ्रमंती करू लागले. वाहन-खोळंबा टळल्यामुळे कालापव्यय थांबला. प्रजा कुठलीही अनैसर्गिक जीवनसत्त्वं न घेता ताजीतवानी राहू लागली. इंधनाची बचतही होऊ लागली. वेगाने कामे होऊ लागली आणि कामांना वेग आला. विवरांमुळे होणारी रोजची देरी संपली आणि कुटुंबासमवेत सायंकाळ व्यतीत करता येऊ लागली. पण सार्वजनिक बांधकामाच्या मंत्र्याची भुई सपाट झाली.

असे आनंदी, सौख्यभरे दिवस व्यतीत होत होते. राणीला महाराजांबद्दल जास्तच लुब्धता येऊ लागली.

राणीसाहेब महाराजांना जास्त जास्त सौख्य देऊ लागल्या. त्यामुळे महाराजांची गोची होऊ लागली. एकमेव राणी सतत आवडती व्हायला लागली. कलहाने अधूनमधून दुमदुमणारा राजमहाल अतिशांततेमुळे निर्जीव वाटू लागला. आवडतीशी कुठल्या कारणास्तव कलह होऊन काही काळापुरती ती नावडतीची जागा भरून काढू शकेल? असा यक्ष प्रश्न महाराजांना चिंतीत करू लागला. कलह नाही म्हणून रुसवा नाही. रुसवा नाही म्हणून अबोला नाही. अबोला नाही म्हणून एकाकीपणा नाही. एकाकीपणा नाही म्हणून मदिरा नाही आणि मदिरा नाही म्हणून मन रिझवायला नर्तिकाही नाही. छे! जीवन नीरस होऊ लागलं. आणि याला जबाबदार एकमेव असा तो विदूषक!

बऱ्याच दिवसांपासून विदुषकाने दरबारी हजेरीही लावली नाही. हा प्राणी गेला तरी कुठे? महाराजांना अस्वस्थता आली. त्यांनी हुजऱ्यांद्वारे विदुषकाला पाचारण केलं. सांजवेळी विदूषक महाराजांसमोर हजर झाला.

"विदुषका, तुझी गैरहजेरी म्हणजे दखलपात्र गुन्हा धरावा काय प्राण्या?"

"नाही, महाराज."

"विदुषका, ही काय दशा करून घेतली आहेस?"

"महाराज, मी कसं कथन करू ही अवस्था एका प्राण्यामुळेच झाली आहे."

"विदुषका, या दुर्दम्य अवस्थेत आणि इतक्या व्यथित मुद्रेत आम्ही तुला यापूर्वी कधीच बघितले नाही. सांग, तुझ्या व्यथेस कोण प्राणी कारणीभूत आहे?"

"मनुष्यप्राणीच, महाराज."

"कोण आहे तो?"

"सांगतो, माझ्या वास्तूपासून मोजून साडेएकोणपन्नास पावलांवर एक टुमदार वाडा आहे. त्या वाड्यात रहाणाऱ्यांनी एक श्वान पाळला होता. जेव्हा या श्वानास वाड्यातील मंडळी घेऊन आली तेव्हा ते दहा-बारा दिवसांचे पिल्लू होते. पालन-

पोषण योग्य रीतीने झाल्यामुळे पिल्लाची वाढ झपाट्याने झाली. आणि काही महिन्यांच्या कालावधीतच ते पिल्लू मोठं झालं. गेली पाच वर्षं ते श्वान त्या वाड्यात वास्तव्य करून होतं; पण अगदी चार दिवसांपूर्वीच त्या श्वानाला अतिशय निर्दयतेने त्या वाड्याबाहेर हाकललं गेलं. वाड्यातून दूर कुणा त्रयस्थाकडे सोडून देण्यात आलं.''

''हे असं का?''

''वाड्यातल्या मंडळींची श्वानाची गरज संपली.''

''विदुषका, हे तुला कसं माहीत?''

''वाड्यातली मंडळी माझ्या सौ.ची सखी आहे.''

''त्या श्वानाचे पुढे काय झाले?''

''त्रयस्थाच्या वास्तूतून श्वान पळून गेला. त्याला त्याच्या वाड्याची, मंडळींची आठवण येत असणार; पण तो वाड्यापर्यंत पोहोचला नाही.''

''श्वान पळून गेल्याची वार्ता कशी समजली?''

''त्रयस्थांनी मंडळींना मोबाईलवर कळवली. मंडळींनी सौ.ला सांगितलं. सौ.ने मला. गेले तीन दिवस वणवण फिरत आहोत श्वानाचा तपास करण्यासाठी; पण त्याचा पत्ता नाही.''

''मग?''

''आजच्या वर्तमानपत्रात एक समाचार छापून आला आहे.''

''विदुषका, आम्ही श्वानासंबंधी विचारपूस करीत आहोत.''

''तेच सांगतोय, महाराज. त्या समाचारासोबत एक छायाचित्रंही आहे. 'विषबाधा होऊन भटक्या कुत्र्यांचा मृत्यू!' त्या भटक्या कुत्र्यांमधे या श्वानाचा अंतर्भाव आहे, महाराज. मी धावलो त्या ठिकाणी आणि समोरचं दृश्य बघून थरारलो. भटकी कुत्री आणि पाळीव श्वान यांचे मृत देह... नाही सांगवत.''

''विदुषका... ही मानव जात...''

''नका, यांना मानव म्हणू नका. तो श्वान, त्याने जीव लावला 'या' वाड्यातल्या मंडळींवर. पण त्याची त्यांना अडचण वाटली. मंडळींच्या ओढीने श्वान पुन्हा त्या वाड्याकडे परतण्यासाठी त्रयस्थाकडून पळाला; पण त्याला त्याची मंडळी नाही भेटली, भेटला तो यमदूत! त्याचं कलेवर घेऊन आलो आणि त्याचं यथोचित दफन केलं. तोच आपला सांगावा आला.''

''विदुषका, मन सुन्न झालंय. तू केलंस ते योग्यच. पण त्या भटक्या कुत्र्यांचं काय झालं?''

''पालिका निस्तरते आहे.''

''ही भटकी कुत्री, त्यांना विषबाधा कशी झाली? कुणी करवली?''

"तो तपास घ्यावाच, महाराज मी य:किश्चित विदूषक. मी कसं काय याचं कारण शोधणार? परंतु महाराज, भटक्या कुत्र्यांसंबंधी काही एक निर्णय आवश्यक आहे. त्यांना मारायचं नाही. हे योग्य. पण त्यांना असं पथापथावर मोकळं सोडून देणं हेही उचित नाही. नागरिकांना त्यामुळे वेगवेगळ्या समस्यांना सामोरं जावं लागतं."

"काय करावं त्यासाठी?"

"जशी महाराणींची बाग आहे. तशीच महाराणींच्या नावे मैदानरूपी बाग तयार करावी. या नगरभर वावरणाऱ्या भटक्या कुत्र्यांना तिथे रहाण्यास द्यावे. तारेचे मोठे कुंपण घालावे म्हणजे ते त्या बागेतून बाहेर जाऊ शकणार नाहीत आणि त्यांचा आहार, आरोग्य सांभाळलं जावं, म्हणजे रोगराई पसरणार नाही. नागरिक आणि भटके कुत्रे दोघंही सुरक्षित रहातील. कुत्र्यांना शिक्षण दिलं जावं. म्हणजे ते आटपाट नगरीचे रक्षणकर्तेही होतील."

आटपाट नगरातले सर्व पथ मोकळे झाले. आता रात्री-अपरात्री होणारी कुत्र्यांची ओरड संपली. दोन चक्री वाहनांची भीती संपली. नगरात हर्ष झाला. असे आनंदी, सौख्यभरे दिवस व्यतीत होत होते. राणीची महाराजांबद्दलची लुब्धता वाढू लागली आणि वाढतच राहिली.

प्रधान सैरभैर होऊ लागला. महाराजांसमोर हजेरी लावणं म्हणजे तोफेला सामोरं जाणं असं त्यास वाटू लागलं. महाराजांच्या सवालांना जवाब देताना पळता भुई थोडी होऊ लागली. प्रधान अर्थातच विदुषकाचा द्वेष करू लागला. परंतु द्वेष करण्यापलीकडे प्रधानाला काहीही करता येत नव्हते; कारण महाराजांची विदुषकावर मर्जी होती. प्रधानाला कसंही करून विदुषकावरची महाराजांची मर्जी उतरवायची होती. तो विचार करू लागला. 'काय बरे करावे?' आणि त्याला एक युक्ती सुचली. त्याने केव्हातरी संगणकावर मेतकूट साईट बघितली होती. आणि त्यावर कुठेतरी विदुषकाचं छायाचित्रही बघितलं होतं. विदुषकाने काही ना काही घोळ या साईटवर घातला असणारच, अशी प्रधानाची खात्री होती. ठरवल्याप्रमाणे प्रधानाने मेतकूट साईट उघडली. 'शोधा'चं बटण दाबलं आणि त्यात विदुषकाचं नाव छायाचित्रासहित झळकलं आणि मग त्याने राजमहालाच्या दिशेने कूच केले, तेव्हा विदूषक स्वगृही होता.

'ही वेळ तर महाराजांची टेलिव्हिजन बघण्याची! मराठी, हिंदी सर्व तऱ्हेच्या 'मालिका' बघण्याची. अशा वेळेस कसे काय भेटीचे निरोपावर निरोप येत आहेत?' विदूषक स्वगत म्हणाला. नुकतंच त्याचं भोजन झालं होतं आणि आता शतपावली करण्यासाठी तो अंगणात जातच होता. चंद्र-ताऱ्यांशी संवाद साधणं, हाही त्याच्या रोजाना कार्यभागामधला एक अतिमहत्त्वाचा आणि सुखद, रम्य असा भाग होता. किरण मोहरच्या प्रत्येक 'क' चित्रपटांत तुटता हुआ तारा असतो आणि तो मुख्य नट-नटीची ख्वाईश पूर्ण करतो. गेली कित्येक वर्षं विदूषक तो 'क'मधे हमखास

दिसणारा, तुटता तारा वास्तवात शोधत होता. आजही रात्री तो, तो तारा शोधण्यासाठी शतपावलीला प्रारंभ करतच होता, तोच पुन्हा महाराजांचा दूरध्वनी आला. आता मात्र नाईलाजच झाला आणि विदूषक राजमहालाच्या दिशेने चालू लागला.

नेहमीच्या सवयीने म्हणजे नुकत्याच झालेल्या सवयीने विदूषक मुजरा न करता महाराजांच्या आलिंगनासाठी सरसावला. परंतु महाराजांनी त्यास अडवले आणि मुजरा करण्याची आज्ञा दिली.

समोरच प्रधान बसला होता. विदुषकाच्या ध्यानात आले, 'मामला वेगळा आहे.' महाराज कृद्ध नजरेने विदुषकाला न्याहाळात राहिले.

"आज्ञा, महाराज."

"विदुषका, तुझ्याकडून आम्हाला ही उमेद नव्हती."

"गुन्हा स्पष्ट करावा, महाराज."

"महाराज का सांगतील? मी सांगतो."

प्रधानाने व्यत्यय आणलेला विदुषकाला आवडला नाही. तरी मुखावर हास्य विराजत विदूषक म्हणाला,

"आपण सांगावं. मी माझा गुन्हा जाणून घेण्यास उत्सुक आहे."

"आम्ही काल मेतकूट साईट बघत होतो. त्यात तुझं नाव बघितलं म्हणून तुझं खातं आम्ही पडताळलं."

"बरं मग?"

"त्यात महाराणींची असंख्य छायाचित्रं आमच्या दृष्टीस पडली."

"बरं मग?"

"विदुषका..."

"जी, महाराज."

"तू महाराणींची छायाचित्रं एका अतिसामान्य साईटवर दिलीस? हा गुन्हा नव्हे काय?"

"नाही, महाराज."

"विदुषकाऽऽ"

"गुन्हा कसा काय ते शाबीत व्हावं, प्रधानजी." विदूषक अत्यंत शालीनतेने म्हणाला.

"महाराणींना तू काय सर्वसामान्य स्त्री समजलास?"

"नाही, महाराज. त्या असामान्य आहेत, म्हणूनच तर त्यांची छायाचित्रं मी साईटवर दिली."

"आम्ही त्याचा अर्थ समजलो नाही."

"महाराज, आपणाला अर्थ समजला नाही हे मी समजू शकतो; कारण आपण संगणकाचा दुरुपयोग करत नाही. परंतु प्रधानजींना अर्थ समजायला हवा होता."

"म्हणजे?"

"मेतकूट ही अशी साईट आहे; ज्यात आपण आपल्याला जे हवं ते साठवू शकतो आणि नगरातील कुठलीही व्यक्ती ही साईट बघू शकते. यात 'खाजगी' असं काही रहात नाही. नगरातल्या अनेकांनी या साईटवर काय हवं ते स्वत:च्या खात्यात साठवून ठेवलं आहे; जे कुणीही बघू शकतं."

"मग?"

"नगरातल्या अनेकांची खाती जी आहेत त्यातली फारच थोडी खऱ्या नावाने आहेत. जास्तीतजास्त खाती टोपण नावाने आहेत म्हणून त्या नागरिकांना शोधणं तसं कठीण आहे. या अशा खात्यांमधे स्त्रियांचे अश्लील भाव असलेली छायाचित्रं आहेत. प्रधानजींना ती दिसली नाहीत असं समजू का?"

प्रधानाचा चेहरा गोरामोरा झाला.

"मी महाराणींची छायाचित्रं साठवली, केवळ एवढ्याचसाठी की नगरवासीयांना हे समजावं की 'स्त्रीचं खरं रूप हे असं आहे. शालीन, लावण्याला लज्जेची किनार, आदरणीय आणि वंदनीय!' प्रधानजी, त्या महाराणींच्या छायाचित्राखाली त्यांची संपूर्ण माहितीही दिली आहे, ती वाचनात आली नाही का?"

"काय आहे ती माहिती?"

"महाराज, महाराणींनी घेतलेलं शिक्षण, अनेक कलांमधे असलेलं त्यांचं नैपुण्य, शिवाय एवढी विद्यमानता असूनही निगर्वी, याचं वर्णन आहे."

"काय सांगतोस विदुषका, राणी एवढी कर्तबगार आहे!"

"होय, महाराज."

"कुठून मिळवलीत एवढी जानकारी?"

"राणीसरकारांच्या पितामहांकडून!"

"अरेच्या, आम्हांला कसं सांगितलं नाही हे सर्व त्यांनी?"

"आपला विवाह, 'आमचं अपत्य तुमचं. तुमचं अपत्य आमचं' या विवाह मंडळातर्फे ठरला ना! तिथे सर्व गुणसमान पद्धती असल्यामुळे खास वैशिष्ट्य दिली जात नाहीत. ती जर द्यावी लागली असती तर महाराणी आटपाट नगरच्या राणी सरकार झाल्या नसत्या."

"असं का म्हणतोस, विदुषका?"

"कुठल्याही वीर पुरुषाला किंवा साध्या पुरुषालाही आपली धर्मचारिणी जर ज्ञानाने, कलेने त्याच्यापेक्षा वरचढ असेल तर ते सहन होत नाही. आपल्यालाही झालं नसतं."

"हा हा हा, विदुषका, तुझं विनोदकौशल्य खरोखरच बक्षिसपात्र आहे. ये माझ्या आलिंगनात बद्ध हो."

"हा विनोद नव्हे, महाराज. हा विदूषक आपल्याला अपमानित करत आहे."

"नाही, प्रधान. तो आम्हाला अपमानित करीत नाहीये. तो आम्हांला हसवता हसवता जाणीव करून देत आहे की महाराणी किती महान आहेत. 'स्त्री ही मातेसमानच असायला हवी' अशी दवंडी पिटवा. मेतकूट आणि तत्सम साईट्स त्वरित नियंत्रणाखाली आणा. संगणकाचा फक्त सदुपयोगच झाला पाहिजे. जो कुणी अपव्यय करताना दृष्टिपथात येईल त्यास कडक सजा दिली जाईल."

मेतकूट साईट चालू राहिली. त्यावर आता पुरातन, पारंपरिक कहाण्या, थोर मंडळींची चरित्रं आणि स्त्रीत्वाचा जाज्वल्य अभिमान जागृत राहील अशाच कहाण्यांची साठवण केली गेली. पृथ्वीतलावर जे जे उत्तम, प्रगतीस पूरक आणि नैतिकतेस सहाय्यक असं सर्वकाही मेतकूट साईट आणि इतरही नवनवीन साईट्सवर झळकायला लागलं.

नगरात हर्ष झाला. नागरिक हर्षोत्फुल्ल झाले. नव्यापिढीची दृष्टी बदलली, आकांक्षा वाढल्या आणि उत्तमतेकडे प्रवास सुरू झाला. राजा राणीवर लुब्ध झाला. दादा-आजोबा महाराजांनी केलेला नियम त्यांनी आता अंत:करणापासून स्वीकारला. नावडतीची उणीव भासेनाशी झाली. असे आनंदी, सौख्यभरे दिवस व्यतीत होत होते.

आटपाट नगरीतील मंत्रिमंडळ अस्वस्थ होतं. त्यांचा संशय दिवसागणिक वाढत होता. खिसे भरण्याचे मार्ग एकेक करून बंद होत होते. त्यांचा संशय प्रधानावर होता. तोच हे सर्व घडवून आणतोय, असा त्यांचा कयास होता. आपल्याला रिकामं ठेवून प्रधान स्वत:ची झोळी भरतो आहे, अशी त्यांची खात्री झाली होती. त्यांनी प्रधानाविरुद्ध बंड करायचं ठरवलं आणि त्याला पदच्युत करण्याचे मार्ग शोधू लागले. पण मार्ग काही दिसेना आणि पदच्युत करण्यासाठी खरं कारण सापडेना. त्या सर्व मंत्रिमंडळाला आता खरोखरच नगरीची खरी सेवा करायला भाग पडू लागलं.

आणि...

विदूषक जरा शांत झाला. त्याची तगमग कमी झाली. त्याच्या भार्येने पृच्छा केली,

"स्वामी, आता सर्व आलबेल झालं."

"बरंचसं."

"अजून काही शिल्लक आहे का?"
"थोडंसंच?"
"काय ते?"
"नगरीत घुसखोर खूप आहेत. त्यांच्या जोरावर राज्यावर राज्य करणारे आहेत. त्या घुसखोरांची नगरीच्या प्रगतीसाठी काडीमात्रही भर पडत नाही. उलट नगरीचं नुकसान होतं. जीवनावश्यक गोष्टींची टंचाई निर्माण होते. महाराजांना हे कसं पटवावं हा संभ्रम पडला आहे."
"प्रत्यक्षात दाखवून हा यक्ष प्रश्न महाराजांसमोर स्पष्ट होणार नाही का?"
"नाही भार्ये, हे तितकंसं सोपं नाही. घुसखोर हे कुठून येतात? कधी ठाण मांडतात? आणि कधी त्यांना या नगरीचं नागरिकत्व मिळतं याचा छडा लावणं कर्मकठीण आहे. त्यातून महाराज पडले दयाळू! कुणी जरा मुख वेडंवाकडं करून चार अश्रू ढाळले की आलीच त्यांना दया! प्रधानजींना हे गणित व्यवस्थित सोडवता येतं की कुणाला महाराजांपर्यंत पोहोचू द्यायचं आणि कुणाला नाही."
"मग काय करणार?"
"महाराणींना विश्वासात घ्यायला हवं. त्या काहीतरी मार्ग काढतील असा आपला माझा कयास आहे."

विदूषक राजमहालात हजेरी लावण्यासाठी गेला. महाराज झोपडपट्टी पुनर्वसनाच्या सोहळ्यास गेले होते हे विदुषकाचे नशीब! अतिशय मोजक्या शब्दात विदुषकाने आटपाट नगरीसमोरील घुसखोरांची भयानक समस्या महाराणींसमोर स्पष्ट केली. आणि त्यांना नम्र विनंती केली की, त्यांनीच काहीतरी तोड शोधावी. महाराणींनी क्षणभर विचार केला. त्यांनी विदुषकास निश्‍चिंत राहण्यास सांगितले.
त्याच सायंकाळी झोपडपट्टी पुनर्वसन सोहळ्याहून परतलेल्या महाराजांसोबत महाराणी हसऱ्या वदनाने टेलीव्हिजनवर प्रदर्शित होणाऱ्या मालिका बघण्यास स्थानापन्न झाल्या.
"आज राणी सरकार अगदी खुषीत दिसत आहात?"
"हो."
"विदूषक येऊन गेलेला दिसतोय?"
"महाराज, आपल्या अंतर्ज्ञानाची कमाल आहे."
"खूप हसवलं वाटतं?"
"हो महाराज, त्याने आम्हास एक कहाणी सांगितली."
"असं?"
"हो, खूपच विनोदी कहाणी."

“आम्हाला तरी सांगा?”

“ऐका... एक अरण्य असतं. त्या अरण्यात छोटे छोटे भाग करून प्राणी रहात असतात. प्रत्येक प्राण्यांच्या हक्काचा तो तो भाग असतो. त्या त्या प्राण्यांनी आपापल्या भागात गुण्यागोविंदाने नांदावं, जीवन जगण्यासाठी आवश्यक गोष्टींचा साठा करावा, त्यासाठी कष्ट करावेत आणि ख्यालीखुशालीने जगावे, असा अलिखित नियम होता. नियमाप्रमाणे प्रत्येक प्राणी आपापल्या जातीच्या कळपात राहून आनंदी जीवन व्यतीत करत होता. अगदी मोठ्या प्राण्यांपासून ते अगदी छोट्या कृमी कीटकांपर्यंत! अरण्याच्या एका कोपऱ्यातल्या आडोशाला मुंगळ्यांचं वारूळ होतं. त्या वारुळात लाखो मुंगळे कुठून कुठून डाळीचा एक एक दाणा आणून साठा करून ठेवत होते. त्यांची जा-ये एका रेषेत परेड करणाऱ्या जवानांसारखी शिस्तबद्ध चालू असायची. एक दिवस अघटित असं घडलं. त्या मुंगळ्यांच्या रेषेत अचानक कुठूनतरी एक मुंगी शिरली. मुंगळ्यांना त्या ‘मुंगीची’ उपस्थिती जाणवली नाही. मुंगीला अचानक अन्नाचा साठा गवसला. कष्ट न करता आरामात तंगड्या ताणून मुंगी ते अन्न भक्षण करू लागली. तिचं समाधान झालं तेव्हा तिने स्वत:च्या भागात जाऊन इतर मुंग्यांना ही शुभ वार्ता सांगितली. आणि खरं-खोटं बघण्यासाठी त्या मुंगीसमवेत पाच मुंग्या मुंगळ्यांच्या भागात प्रवेशकर्त्या झाल्या. मुंगीने दिलेली माहिती सत्य होती, हे बघून त्या हर्षित झाल्या. त्याही तंगड्या ताणून आराम करू लागल्या आणि भूक लागली की आयत्या अन्नावर ताव मारू लागल्या. मुंगळ्यांचे कष्ट चालू होते. ते खूप व्यस्त होते. त्यांना मुंग्यांची उपस्थिती जाणवली नाही. आणि असं होता होता एक एक करून असंख्य मुंग्या मुंगळ्यांच्या वारुळात वास्तव्य करू लागल्या. जेव्हा मुंगळ्यांच्या अनेक मुंग्यांचं वास्तव्य लक्षात आलं तेव्हा उशीर झाला होता. मुंग्यांनी मुगळ्यांच्या भागात वर्चस्व प्रस्थापित केलं होतं.”

“हा हा, राणी सरकार हा विदूषक म्हणजे फारच विनोदी बुवा!”

“हो ना? तो पुढे सांगत होता की आपल्या नगरातही अशा मानवरूपी मुंग्या खूप झाल्या आहेत.”

“काय? हा हा हा... कमाल झाली.”

“या मानवरूपी मुंग्या फुकटचं पाणी, वीज, अन्न वापरतात.”

“हा हा हा... मानवरूपी मुंग्या?”

“शिवाय कुठलाच ‘कर’ही भरत नाहीत.”

“होऽऽ होऽऽ होऽऽ पुरे राणी सरकार, हसून हसून आमचं पोट दुखायला लागलं.”

“हे सत्य आहे महाराज, विनोद नव्हे.”

“राणीसरकार, विदूषक सांगणार आणि तुम्ही ऐकणार! आम्ही त्यास जाणतो. आपण मालिका बघूया?”

"बघा. या सर्व मालिकांमधे काही वेगळं दाखवतात का? ही पाचवी मालिका बघत आहात. प्रत्येक मालिकेत एक सुखी कुटुंब आणि त्यात एक व्यक्ती अचानक घुसते आणि त्या सुखी कुटुंबाचं सुख हिरावून घेते. ही त्या मुंगीसारखीच..."

"राणी सरकार, या मालिका आहेत..."

"वर्षोनुवर्षे चालणाऱ्या, वर्षोनुवर्षे त्यात काय दाखवत आहे, घुसखोरी, त्या मुंग्यांसारखी. महाराज जागे व्हा. ही घुसखोरी थांबायला हवी. मालिकांमधून निघून ही घुसखोरी नगराच्या उंबरठ्याच्या आत आली आहे. सर्वत्र हेच चालू आहे. मुंगळे सहन करत राहिले आहेत."

"आम्ही काय करावं?"

"मुंग्यांना त्यांच्या त्यांच्या भागात परत पाठवावं. त्यांचं पोट भरेल, वस्त्र-निवारा मिळेल, थोडी चैन करता येईल असं साध्य तिथे उपलब्ध करून द्यावं. त्यांना आयती खायची सवय लागली. ती मोडावी आणि कष्ट करायला भाग पाडावं."

"म्हणजे काय होईल?"

"म्हणजे आटपाट नगराचा प्रत्येक भाग न् भाग सुजलाम्, सुफलाम् होईल."

"ही वैचारिक आणि शारीरिक धारणा कशी बदलेल?"

"टेलीव्हिजनवर दाखवलं जाणारं क्रौर्य बंद करावं. अंधश्रद्धा दाखवणाऱ्या मालिकांवर बंदी आणावी. नागरिकांना जागृत करणाऱ्या कहाण्या दाखवाव्यात. त्यामुळे त्यांची मानसिकता बदलेल, स्वैराचार थांबेल. ते सत्याची भक्ती करायला लागतील आणि प्रत्येकजण आपापल्या हिश्श्याचंच खाईल."

"राणीसरकार, वाऽऽ आम्ही खूष आहोत तुमच्यावर..."

आणि राजा राणीवर जास्तीतजास्त लुब्ध होऊ लागला.

टेलीव्हिजनवर अव्याहत चालणाऱ्या सर्व अवैचारिक मालिका बंद करण्यात आल्या, मुंगळ्यांच्या वस्तीतून मुंग्यांना हद्दपार करण्यात आलं.

आणि असे आनंदी, सौख्यभरे दिवस व्यतीत होत होते.

आता विदूषक निश्चिंत झाला.

असे हर्षोत्फुल, खेळीमेळीचे दिवस गुजरत होते.

आणि एक दिवस महाराजांनी सहज म्हणून टेलीव्हिजन लावला आणि त्यांच्या कानावर शब्द आले.

"अरर..."

प्रथेप्रमाणे सायंकाळी हजेरी देण्यासाठी आलेल्या विदुषकाने त्याच्या कपाळावर हात मारून घेतला.

■

वस्तुस्थिती

ही कथा आहे, कल्पनाविलासही नव्हे. जे मी सांगत्ये आत्ता, ते तुम्ही वाचणार आहात, ती वस्तुस्थिती आहे एक. वस्तुस्थिती सांगताना ती किती पानांची होईल माहीत नाही. कथेइतकी, की कादंबरीइतकी? खरं तर हे सांगता सांगताच ठरेल.

विषय नेहमीचाच. कुठल्याही काळात, कुठल्याही सनावळीत चालू राहिलेला. उगीचच नारेबाजी मात्र चालू रहाते. प्रत्येक काळात.

मजाच असते ही एक. मोठमोठाले लेख लिहायचे. त्या एका विषयाला टारगेट करायचं. छोट्या-मोठ्या निवडणुका लढायच्या.

अगदी पूर्वीचा काळ योग्य होता. या विषयाला तथ्य होतं. मग विचारवंत सक्रीय झाले. त्यांनी चर्चा करत बसण्यात वेळ घालवला नाही. कृती केली. त्यांची नावं, फोटो आजही शाळेच्या इतिहासाच्या धड्यात छापलेली असतात. 'स्त्री' साक्षर झाली. ही क्रांती फक्त क्रमिक पुस्तकांपुरती मर्यादित राहिली नाही. रिक्षा-बस, एस्. टी. सर्वांवर अक्षरं उमटली, 'मुलगी शिकली, प्रगती झाली', 'मुलगी शिकेल, सर्वांना शिकवेल'. ही अक्षरं निर्माण करण्यालाही खात्री आहे की प्रगती, शिक्षण मुलगीच देऊ शकते, करू शकते. वा! आनंद वाटू लागला हे वाचून. स्त्री-साक्षर करणाऱ्यांचे कष्ट फलित झाले.

आणि स्त्री-शिक्षणाचे परिणाम सर्वत्र दिसू लागले.

कसे? हे असे.

'चूल-मूल' ही संकल्पना मागे पडली. पुरुषांच्या खांद्याला खांदा देऊन संसाराची आणि पर्यायाने देशाची धुरा स्त्रीने उत्कर्षली. आज स्त्री सर्व क्षेत्रात अग्रगण्य आहे.

थांबा, पान मिटू नका. मी 'स्त्री वर्गाची उन्नती' वगैरेसारख्या विषयावर रटाळ, तेच ते आणि सर्वांना – तुम्हा सर्वांना – आधीच माहिती असलेले मुद्दे सांगत नाहीये. पण जेव्हा वस्तुस्थिती सांगायचीच आहे तेव्हा त्यामागील पार्श्वभूमी माहीत असायला

हवी ना! तर माहीत असलेली माहिती पुन्हा सांगावी लागणं हे अपरिहार्य आहे. म्हणून तुम्ही पुढे वाचा.

तर,

अशी ही स्त्री!

माझी आजी तशी अशिक्षित. अशिक्षित म्हणजे शाळेत शिकायला गेली नाही किंवा असं म्हणायला हवं की तिला शालेय शिक्षण मिळालं नाही. तिला घरच्या घरीच अक्षरओळख मात्र झाली. ती वाचन करायची. स्वातंत्र्यपूर्वीचा काळ. आता हा काळ कसा होता, इंग्रजांचं राज्य कसं होतं आणि स्वातंत्र्य मिळालं कसं, हे आज माझी आई, मी, माझी मुलगी आणि कालांतराने तिची मुलंही बघत राहतील. पन्नास वर्षे जरी स्वातंत्र्य मिळून उलटली असली तरी हा विषय अजून पुढेही वर्षानुवर्षं कुठल्याही चित्रपटसृष्टीला पुरून उरेल. तर असा तो आजीचा काळ! 'वाचायला येतंय ना? म्हणजे पुष्कळ झालं.' सडा-रांगोळी, बंब तापवून पाणी गरम करून देणं, न्याहारी, जेवण, धुणीभांडी, वामकुक्षी, चहा, देवापुढे दिवाबत्ती, रात्रीचं जेवण, जमल्यास शतपावली, नीज. या दिनक्रमात मुलांचं संगोपन, त्यांना 'माणूस' बनवणं. सर्व क्रमानं झालं की आयुष्य सार्थकी लागलं.

मग आली आईची पिढी. थोडी सुधारक. शालेय शिक्षण हवंच, जमल्यास कॉलेजही; पण आवड आणि कुवत असेल तरच. नाही तर एकदाचा लग्नाचा बँड वाजवून दिला की ते आई-वडील सुटले. या पिढीत तसं बघायला गेलं तर खरी क्रांती सुरू झाली. मुलींना शिक्षणाचा फायदा करून घ्यावासा वाटू लागला. मुली कमावत्या झाल्या. दुहेरी पैशाचा ओघ सुरू झाला आणि गरजा वाढल्या. आजीला संसारातून मोकळीक मिळेनाशी झाली. मुलांची जागा नातवंडांनी घेतली. 'भांड्याला भांडं लागायचंच!' या म्हणीत पण गंमत होती. 'भांड आणि भांड-ण' किती समर्पक शब्दरचना. कुणीही 'पातेल्यात पातेलं' अशी म्हण रचली नाही. पण... भांड्याचा आवाज लोपला आणि पातेल्यांचा आवाज सुरू झाला. या आवाजांनी कान किटायचेच बाकी राहिले. तरीही 'मुलगी कमावती हवी' अशी ओळ 'वधू पाहिजे' अशा जाहिरातीत ठळकपणे उमटू लागली.

आणि इथूनच क्रांती संपून स्पर्धेला सुरुवात झाली. मुलगी शिकली; पण सर्वांना शिकवायला तिच्याजवळ वेळ नाहीसा होऊ लागला. आणि ती ज्यांना शिकवायला लागली ते कोणी दुसरेच...!

असंच खूप खूप काही होऊ लागलं. मुलींना, बायकांना प्राधान्य मिळू लागलं. मुलांची, पुरुषांची वणवण तुलनेत वाढू लागली. 'नो व्हेकन्सी'चे बोर्ड्स दिसू लागले. सिनेमातूनही याचे पडसाद उमटू लागले आणि आला माझा काळ.

परिस्थितीत फारसा काही फरक नव्हता. फरक होता तो एवढाच की आज्जीची मांडी मोकळी झाली. मुलं पाळणाघरात पोहोचली. पूर्वीसारखं 'लटांबर' सुशिक्षित घरांतून राहिलं नाही, पण दोन मुलीच जर लागोपाठ झाल्या तर तिसरा चान्स घेतला जाऊ लागला. कुलदीपक इज मस्ट! मग तो तेवो कुठेही, कसाही.

नोकरी न करणाऱ्या बायका गावंढळ ठरू लागल्या आणि नोकरी करणाऱ्यांनी स्वत:ला इतर अनेकजणांपेक्षा वरचढ समजायला सुरुवात केली. घरातील बऱ्याच गोष्टींमधे स्वत:ला सूट दिली.

इतके वर्षे उंबरठ्याआड असलेली स्त्री उंबरठ्याबाहेर पडली. आणि अनेक नवीन समस्यांना सुरुवात झाली. नवरे मंडळींना बायकोने कमावलेला पैसा तर हवा होता, पण ऑफिसातले कलिग्ज् नको होते. गंमत अशी की या नवरे मंडळींच्या ऑफिसातही बायका होत्या. त्यांना साथ द्यायला हीच नवरेमंडळी पुढे पुढे करू शकत होती, नव्हे करत होतीच; पण या सर्व गोष्टींमुळे स्त्रिया मात्र बदलत चालल्या. आत्मविश्वास वाढला. 'संसारासाठी आम्हीही खस्ता खातोय' ही भावना निर्माण झाली.

तशा तर स्त्रिया इतिहासातही कार्यरत होत्या. अहिल्याबाई होळकर, झाशीची राणी आणि देशासाठी न् अब्रूसाठी 'जोहार' केलेल्या कितीतरी जणी. जिजाईने 'शिवबा' घडवला आणि आज साडेतीनशे वर्षांनंतरही एक अपुरी पडते म्हणून आम्ही दोनदोन शिवजयंती साजऱ्या करतो आहोत.

'प्रत्येक यशस्वी पुरुषाच्या मागे स्त्रीचा हात असतो' ही वस्तुस्थिती पदोपदी निदर्शनास आणून देतो.

आमची, माझी पिढी सरमिसळ! खरं तर माझ्या पिढीतल्या स्त्रियांना तारेवरची कसरतच जास्त करावी लागत आहे. गरज म्हणून नोकरी आणि कर्तव्य म्हणून संसार. दाखले नेहमीच दिले जातात ते दुसरीबद्दल. या 'दाखले' देणाऱ्या तमाम नातेवाईकांना नेहमी सांगावंसं वाटतं की जिला तुम्ही इतरांचा दाखला देत आहात तिचाच 'दाखला' त्या इतर घरांतून दिला जातो.

माझी पिढी 'तळ्यात-मळ्यात' करणारी. नवीन बदल धड स्वीकारता येत नाही आणि जुन्या गोष्टींतून, विचारांतून सुटका नाही. घड्याळाच्या लंबकाप्रमाणे लटकत रहायचं आणि फिरायचं, कधी या टोकाला कधी त्या टोकाला.

पण ही त्रिज्या ठरलेली. कारण लंबकाचं मूळ - सुरुवातीचं टोक दुसऱ्याच्या मुठीत. हेलकावे देणारे हात वेगळे.

सगळी मजाच.

आणि नंतर आली पुढली पिढी.

माझ्या मुलीची आणि अशा अनेक जणी.

इथे 'स्पर्धा' संपली आणि 'हक्क' सुरू झाला. अमुक एक वस्तू मिळत नाही म्हणजे काय? मिळालीच पाहिजे. 'बिच्चारी, आई असून पाळणाघरात वाढली पोरं. काही हवं म्हणते तर द्यावं की. तिच्याचसाठी तर चालल्ये सर्व धावपळ.' विचार बदलले. आईची माया, कणव. मुलीसाठी देऊ न देता येणारा वेळ, सगळ्यांची कसर 'वस्तू' देऊन भरून काढली जाऊ लागली. वस्तू मिळत राहिल्या आणि माया आटू लागली.

ही 'माया' मिळवण्याचे नवनवीन मार्ग धुंडाळले जाऊ लागले. फोन, मोबाईल, सिनेमे, हॉटेलिंग, लाँग ड्राईव्ह आणि...

शिवाजी महाराजांच्या मावळ्यांनी – प्राणाहून प्रिय असणाऱ्या सरदारांनी रक्त सांडवून मिळवलेल्या गडांवर पार्टी रंगू-झिंगू लागली. इथेही मुलींनी मुलांच्या खांद्याला खांदा लावून 'आपण कमी नाही' हे सिद्ध केलं. चार दिवस धुराळा उडाला तो घोड्यांच्या टापांमुळे नाही तर तोंड लपवून पळण्याचा प्रयत्न करणाऱ्या पावलांचा. पुढे सर्व थंड!

एकदा पकडले गेलो, तर गेलो. नेहमी असं थोडीच होणार आहे? अशी खात्री पटली. कारण पांघरूण घालणारे हात सरसावले आणि अशा गोष्टींना जबाबदार धरलं गेलं ते सरकारला आणि समाजाला.

पांघरूण घालणाऱ्या हातांचंही बरोबर आहे. ते केव्हाचेच एका न संपणाऱ्या शर्यतीत सामील झाले आहेत. पदोपदी, ठिकठिकाणी ही शर्यत दिसते. अगदी प्रत्येक क्षेत्रात.

आणि ही शर्यत वय बघत नाही. अगदी वयाच्या पाचव्या वर्षीही शर्यतीत भाग घ्यायला आई-वडील भाग पाडतात. मग तो नाच असो, चित्रकला असो, गायन असो किंवा क्रमिक अभ्यासक्रम असो. आपल्या अपत्याला कुठेतरी झळकवायचं. जीवघेण्या शर्यतीत धावायला लावायचं. खरंतर ज्या नजरेनं या शर्यतीकडे बघू तशी ती दिसते. 'आमच्या लहानपणी नव्हतं असं, म्हणून आम्हाला स्कोप मिळाला नाही. नाही तर आम्हीसुद्धा असेच...' वगैरे, वगैरे... खरं आहे. असे 'वगैरे' झालो असतो. स्कोप मिळणं हे खरंच चांगलं आहे पण त्यानंतर काय? एक शर्यत जिंकली झालं का समाधान? नाही होत, मग पुढली अजून पुढली. 'जिंकताच येतं', हा विश्वास गमावण्याची शक्यता वाढू लागते आणि यशानंतर अपयश पचवता येत नाही.

खरंतर कुठलीही कला अंगीकारायला खूप कालावधी लागतो. नावाजलेले यशस्वी कलावंत कलासाधनेत संपूर्ण आयुष्य व्यतीत केल्यानंतरही म्हणतात, 'अभी तो सिखना बाकी है।' पण हे आत्ताच्या आम्हा आई-वडिलांना कळत नाही. मुलींनी 'ता थई' केलं की ती मुलगी 'गोपी-कृष्ण आणि मुलांनी 'आ' वासला की

मग लता, रफी, किशोर आणि असेच सर्व!

या शर्यतीत हजारोंची बक्षीसं जाहीर होतात आणि वयाची पंचवीस-सत्तावीस वर्षं शिकून, नोकरी-उद्योगधंद्यासाठी पायपीट करून जे काही महिनाकाठी अर्थार्जन होतं, त्यापेक्षा कितीतरी जास्त अर्थार्जन ते चिमुरडं पोर आई-वडिलांना करून देतं आणि मग या शर्यतीचं महत्त्व नको त्या वयातच त्या पिल्लांना कळतं. आपण वेगळे आहोत,' ही जाणीव काहीही वेगळेपण नसताना अंगी येते. कलेतलं सातत्य सुटतं किंवा कमी होतं आणि नंतर मात्र...

छे...! भरकटले ना?

हे असंच होतं माझं.

हल्ली सतत भरकटायलाच होतं.

अति विचार आणि कृतीत असहाय्यता मला भरकटवत राहते. माझं हे असं भरकटायचं प्रमाण बघून माझ्या मुलीने चंग बांधला. ती माझं मनोरंजन करू लागली. म्हणजे काय करू लागली? तिने मला सल्ला दिला, "किटी पार्टीला जात जा! फ्रेंड्सबरोबर डिनरला जा." मला प्रश्न – कुठलं फ्रेंड सर्कल? कुठले मित्र? कुठल्या मैत्रिणी? "गो फॉर शॉपिंग? इफ् यू डोन्ट वॉन्ट टू शॉप, जस्ट गो अँड डू विंडो शॉपिंग..."

मला काहीच जमेना. मग तिला माझी दया आली. अशाच एका संध्याकाळी ती मला म्हणाली, "चल, तयार हो."

"कुठे जायचंय?"

"लोकाज्."

"हे काय असतं?"

"एक धम्माल प्लेस आहे."

"नाव काय म्हणालीस?"

"लोकाज्. चल."

एक रेसिडेंन्शियल इमारत. दोन मजले चढून गेलो. झुलतं दार मुलीने ढकललं आणि धुराचा लोटच्या लोट! सर्वच धुरात अस्पष्ट. दणदणीत ठसका लागला. तिच्यापाठोपाठ मी त्या धुरातून चाचपडत आत गेले. मोठं टेरेस आणि आरामदायी बसण्याच्या खुर्च्या, टेबलं. पुढे गेले तर चक्क झोपाळे टांगलेले. लोड, गाद्या आणि शेजारी छोटी टेबलं. अशाच एका झोपाळ्यावर स्थिरस्थावर झाले.

"काय? कसं वाटतंय?"

धुराला नजर सरावली आणि नजर आजूबाजूला फिरू लागली. मुला-मुलींचे पुंजकेच्या पुंजके टेबलाभोवती बसलेले. हास्यविनोद, विचित्र हावभाव. ज्यांना बसायला जागा मिळाली नव्हती त्या मुली कुणाच्या ना कुणाच्या मांडीवर विराजमान

होत होत्या आणि टेबलावर हुक्का!

"हे सर्व काय आहे?"

"हुक्का."

"तंबाखू?"

"नाही गं? तंबाखू नसतो, फ्लेवर्स असतात वेगवेगळे."

"तंबाखूचे?"

"नाही. म्हणजे अगदी काही अंशीच ०.०१ पर्सेंट तंबाखू असते. पण निरनिराळे फ्लेवर्सच असतात."

"तूही हुक्का..."

"कधीकधी. अगं, वेळ कसा जातो कळतंच नाही."

"काय असते किंमत?"

"अडीचशेपासून सुरुवात असते तीनशे साडेतीनशेपर्यंत."

"काय?"

"हो. हुक्का पुरतो दोन ते अडीच तास."

मी स्तिमित! दृश्य बघवत नव्हतं. निरनिराळ्या रंगांच्या, निरनिराळ्या नाकपुड्यांतून भसाभसा धूर निघत होता. कुठल्याही मिलचं धुराडं आणि या नाकपुड्या... अगदी सारख्याच दिसत होत्या.

ही माझ्या मुलीची पिढी! दिवसातला अमूल्य वेळ धुरात कत्ल करणारी. पूर्वी ते म्हणजे अगदी माझ्या पिढीतही ब्रा चा पट्टा दिसत असेल सहजी लोकांना तर लाजिरवाणी गोष्ट वाटायची आणि इथे ब्राचे पट्टे दिसतीलच यांची काळजी घेतली जात होती. पुरुषांचे बनियन मुलींनी अंगीकारलेले. 'लो वेस्ट फॅशन' अंतर्वस्त्र दाखवण्यासाठी आणि हो त्या अंतर्वस्त्राचा ब्रँड दिसायलाच हवा.

'स्त्री मुक्ती' यालाच म्हणतात का?

कंटाळलात?

मीसुद्धा. फक्त कंटाळले नाही तर हतबुद्धही झाले.

स्त्रियांना साक्षर करणारे स्वर्गात बसून धाय मोकलून रडत असतील. त्यांचा उद्देश काय होता? स्त्री साक्षर व्हावी, तिला व्यवहाराचं ज्ञान यावं, तिच्यावर होणारे अत्याचार थांबावेत. ती आत्मविश्वासाने, मानाने जगावी की मुक्त व्हावी.

झाली. स्त्री मुक्त झाली.

ती साक्षर झाली, मोठमोठ्या पदांवर विराजमान झाली. तिला व्यवहाराचं ज्ञान आलं. पैसाच सर्व काही हे तिला समजलं. अत्याचार थांबले. कारण ती हुशार झाली. तिला इतरांना खेळवता येऊ लागलं. काय दिलं की काय मिळतं याचा हिशोब ती शिकली. मान आपोआपच मिळू लागला आणि मुक्तीही. वेळेच्या

अगोदरच सर्व गोष्टी मिळू लागल्या.

निरनिराळ्या मालिकांनी स्त्रीचं खुनशी रूप दाखवायला सुरुवात केली. आणि आम जनता पूजापाठचा नित्यनेम असावा तशा या मालिका बघू लागली. मालिकांमधली 'भव्यता, श्रीमंती, उंची पेहराव, दागदागिने' यांनी भारावून जाऊ लागली. एक तरी खुनशी स्त्री हवीच. स्त्रियाच स्त्रीच्या नावाने बोटं मोडत राहिल्या.

ही एवढी स्त्रीमुक्ती झाली.

अबला हा शब्द पाठी पडू लागला. स्त्री साक्षर करणाऱ्यांना हेच दृश्य अपेक्षित होतं का?

माझं भरकटणं थांबत नाहीये. उलट वाढतच चाललंय. काळ सोकावला नाहीये तर माणसं सोकावलीत. घटस्फोटांचं प्रमाण वाढतंय आणि अफेअर्सचंसुद्धा. मजाच आहे सगळी.

माणसं सोकावल्येत हे खरंच.

चिडू नका हं. हे वाक्य मी कुणाही एकाकाला उद्देशून म्हणत नाहीये. हे सर्व-साधारण विधान आहे.

असाच एक संथ दिवस. विचारांनी भरकटलेला. दुपारची वेळ. शांतशी. संथपणात अजून भर घालणारी.

बेल वाजली. मला आश्चर्य वाटलं. या वेळेस तसं कुणी येत नाही. सेल्समन असेल तर जरा चिडूनच बोलायचं, असं ठरवून दार उघडलं. समोर अनोळखी व्यक्ती. ती उंच, बॉब केलेले केस, बारीक, साधीशी पण टापटीप, साडी नेसलेली.

"या." मी तिला म्हणाले.

"नमस्कार, जरा वेळ घेते तुमचा. तुमची झोपमोड नाही ना झाली?"

"नाही, या बसा."

वाळं घातलेलं थंड पाणी. ग्लास तिच्यासमोर ठेवला. अधाशासारखं तिनं ग्लास रिकामा केला. मी पुन्हा ग्लास भरून ठेवला.

"बोला."

"मी एक लेख लिहिला आहे. तुम्हाला दाखवावा असं वाटलं, म्हणून आले."

"जरूर, बघू?"

"मी लेखिका नाही. हा लेख छापून यावा कुठेतरी असंही नाही. मला तुम्हांला फक्त द्यायचा होता."

"द्या ना."

मी तिच्याकडून लेख घेतला.

"एक विचारू? मलाच का दाखवायचा होता?"

"सहज, येते मी."

"अहो, बसा. तुम्ही कोण? कुठून आलात? या लेखाचं उद्दिष्ट्य काय? काही तरी सांगाल?"

"मी कोण? याला काहीच महत्त्व नाही. मी डोंबिवलीहून आले. तुमच्याबद्दल ऐकलं होतं, म्हणून आले. या लेखाचं उद्दिष्ट्य, तुम्ही वाचाल ना तर कळेलच."

"काय करता तुम्ही? घरी कोण कोण असतं?"

"मी नोकरी करते. मला एक मुलगा आहे. मुलगी लहान असतानाच देवाघरी गेली."

"सॉरी."

"अहो, सॉरी कशाला? उलट बरंच झालं. मुलगी असली की फार काळजी घ्यावी लागते. आणि माझ्या सासूबाईंना मुलगी नकोच होती. दुसऱ्या खेपेलाही टेन्शन होतं मला. पुन्हा मुलगी झाली तर?"

"अहो, एवढ्या सुशिक्षित तुम्ही आणि..."

"शिक्षणाचा आणि सुशिक्षिततेचा काय संबंध? बी. ए., एम. ए. किंवा असं काहीही शिक्षण नोकरी मिळवण्यासाठी गरजेचं; पण घरासाठी हे शिक्षण कामाचं नाही, संसारासाठी-घरासाठी ज्या तऱ्हेचं शिक्षण हवं ते या डिग्र्यातून मिळत नाही. ते अनुभवांतून, सामंजस्यातून आणि तडजोडीतूनच मिळतं. ज्यांना हे शिक्षण अवगत, ते खरे सुशिक्षित. आणि फार कमीजणं असे सुशिक्षित असतात."

"बाई... तुम्ही..."

"अनुभवलंय ते सांगत्ये. माझ्या आईवडिलांची मी चौथी मुलगी. आई माझ्या खेपेला बाळंत झाली. मुलगी झालेली वडिलांनी बघितली. त्यांनी आईला सांगितलं, 'हिला इथेच ठेव. माझ्या घरात आणायचं नाही. तू घरी चल."

"काय?"

"त्या माझ्या आईला माझी दया आली आणि वडिलांचा विरोध पत्करून तिने मला घरी नेलं. त्यानंतर फार वाईट वागले वडील आईशी. कसंबसं आईनं मला जगवलं. रूप नाही, रंग नाही. माझं लग्न जमेना. त्यादरम्यान आई देवाघरी गेली. माझा आधारच गेला. मार खात राहिले पण डोक्यावरचं छप्पर सोडलं नाही. सर्वांची लग्नं झाली, एकएक करून. मी एकटी उरले. वडिलांना अपंगत्व आलं आणि त्यांचं आयुष्य एका खाटेपुरतं मर्यादित झालं. या नको असलेल्या मुलीला जेवू-खाऊ घालावं लागलं. त्याचा हिशोब त्यांनी माझ्याकडून सर्व तऱ्हेची सेवा करवून घेऊन मिटून टाकला. जेव्हा वडीलही वारले, तेव्हा मग मी माझ्या पुढच्या आयुष्याचा विचार करू लागले."

"बाई, हे सर्व..."

"भयानक आहे. हो ना? पण ते खरं आहे. तुम्ही मला माझं नाव विचारलंत.

नको असलेल्या मुलीला काय नाव असणार?''

''मग, लग्न? ते कसं जमलं?''

''माझं मीच जमवलं. आमच्या ओळखीतलेच होते तसे.''

''तुम्हीच पुढाकार घेतलात?''

''हो, गरज मला होती. वडील वारले आणि मी एकटी झाले. दिसायला असं-तसंच असलेलं माझं रूप, पण शरीर स्त्रीचं होतं. नाही शक्य वाटलं मला माझं संरक्षण करता येईल असं. मीच माझी बोलणी केली आणि लग्न झालं.''

''सुखी झालात?''

''सुख हे प्रत्येकाच्या गरजेनुसार असतं बाई. माझी गरज एका सुरक्षित घराची आणि गळ्यातल्या काळ्या मण्यांची होती. ते माझं सुखं होतं. दोन्ही गोष्टी मिळाल्या. हो, मी सुखी आहे. फक्त दुःख झालं ते एकदाच जेव्हा मला पहिली मुलगी झाली. घरात असंतोष होता. 'मुलगी' हेच सत्य. ती धनाची पेटी वगैरे काही नाही. पण हुशार निघाली पोर. चिमुरड्या वयातच तिने ओळखलं की तिच्या जन्मामुळे घरातले सगळे नाराज आहेत. आपली आईच एकमेव आनंदी आहे; पण आईलाही बाकीच्यांची नाराजी सहन करावी लागते हे जाणून तिने स्वतःनेच अजाणत्या वयात इतकं सारं जाणून प्राण सोडला.''

''काय झालं होतं तिला?''

''व्हायरल! डॉक्टर म्हणाले, व्हायरल इन्फेक्शन आहे. पण म्हणजे नक्की काय? हे मला अडाणीला समजलं नाही. गेली पोर.''

''तुम्ही...''

''नाही हो, रडत नाहीये. खूप वर्षं गेलीयेत आता मधे. काळाने दुःखाची तीव्रता बोथट करून टाकली आहे. तुम्हाला एक सांगू? आपल्याकडे अजून कितीतरी बरं आहे. पण काही जाती आहेत अशा की तिथे मुलगी झालेली चालतच नाही. आणि जर झालीच तर वडील त्या मुलीचं तोंडही बघत नाहीत.''

''असं कसं? शक्यच नाही.''

''बाई, तुम्ही समाजात जास्त हिंडत नाही ना? म्हणून तुमचा विश्वास बसत नाहीये. जिथे जात असाल ती घरं, माणसं पूर्वपरिचयाची आणि निवडक असणार. नोकरी करणाऱ्यांना चॉईस नसतो. जे कुणी कलिग्ज् असतील, त्यांना स्वीकारावं लागतं. पटो न पटो दिवसातले दहा तास अशांसोबतच रहावं लागतं.''

''हे तुमचं म्हणणं मात्र अगदी बरोबर आहे. जिथे सूर जुळतात तिथंच माझं जाणंयेणं असतं. अन्यथा मी कुठेच जात नाही.''

''फार भाग्यवान आहात. नाही तर समाजातल्या शर्यतीत फार मागे पडला असतात.''

"तुम्ही काही तरी वेगळं सांगत होतात."

"हो. मुलीबद्दल ना! बाई, माझ्या ऑफिसमधले एक गृहस्थ आहेत. त्यांना एक दिवस बातमी मिळाली की त्यांना मुलगी झाली. बायको गावात. हे बदलीवर मुंबईत आलेले. बातमी कळली तशी संपूर्ण स्टाफ अभिनंदन करायला गेला, तर गृहस्थ नाराज. त्यांनी आमच्या शुभेच्छा स्वीकारल्या नाहीत. इतकंच नाही तर ती मुलगी आता बारा वर्षांची तरी झाली असेल; पण या गृहस्थाने तिला अद्याप बघितलेही नाही."

"काय सांगताय?"

"अगदी खरं सांगते. अहो, या लोकांचं असंच असतं. मुलगी झाली की बायकोसकट तिला वाळीत टाकतात नाहीतर मुलीला मारून टाकतात."

"मारतात?"

"हो..."

"गुन्हा दाखल नाही होत? उघडकीला येत नाही? मृत्यू नोंदवावा लागतो, सर्टिफिकेटशिवाय पुरता येत नाही. हे सर्व कसं शक्य होतं?"

"मुलगी झाली की मुलीला मीठ खायला घालतात. मिठाने त्या लहानग्यांच्या पोटात आग आग होते. पाणी पाजत नाहीत, तर त्यावर दूध पाजतात. दूध-मीठ पोटात एकत्र होतं आणि त्याचं विष तयार होतं पोटात. पोर कळवळून रडत रहाते. डॉक्टरांना अंदाज येत नाही. ते अजून औषधं देतात. अंगातली उष्णता त्यामुळे अजून वाढते. परिणामी मुलगी. ते लहानगं मृत्यू पावतं."

"बाई, हे जे काही तुम्ही सांगताय... ते..."

"संपूर्ण सत्य."

"का सांगताय? आणि मलाच कशाला? हे इतकं अमानुष कुणी वागेल का?"

"वागतात... मला विचारा ना?"

"अहो, तुमचं डोकं–"

"एकदम व्यवस्थित आहे. माझा हा लेख वाचा. तुम्हाला सगळं समजेल."

"मला नकोय हे असं काही कळायला. मला सहनच होत नाहीये."

"मी तुम्हाला त्रास दिला, क्षमस्व. पण तुम्ही डोळे मिटून, कान मिटून जरी बसलात ना तरी घडायच्या घटना घडत रहातातच."

"अहो, अज्ञानात सुख नाही का?"

"काय उपयोगाचं असं अज्ञान? फक्त स्वत:चा विचार करताय. तुमच्यात असेल ताकद आणि प्रबळ इच्छा तर करता का प्रयत्न या गोष्टीला चार समंजस लोकांपुढे आणण्याचा?"

"मी काय करू शकणार? जोपर्यंत लोकांची मनोवृत्ती बदलत नाही तोपर्यंत हे असंच चालत रहाणार."

"अगदी चारचौघींसारखंच बोललात. पण मी करते ना प्रयत्न. हे जे लिखाण आहे त्याच्या शंभर प्रती काढल्या आहेत. शंभर घरं फिरणार आहे. निदान पाच-सात जणी तरी भेटतील, मला मदत करतील. येते मी."

लेख ठेवून ती निघून गेली. भरकटलेली मी अजूनच भरकटले. वाचायची इच्छा नसतानाही माझ्या हातांनी तो लेख माझ्या डोळ्यांसमोर धरला. डोळे अक्षरांवरून फिरू लागले आणि मेंदू नोंद करून घेऊ लागला. एका पॅरेग्राफनंतर मी वाचन थांबवलं.

मी भरकटले होते ते आजच्या पिढीचं रूप पाहून. स्त्री शिक्षणामुळे चौकटीतून बाहेर पडलेल्या आणि बंधनं झुगारून वाहत गेलेल्या स्त्रीच्या रूपाला पाहून आणि आज मी ऐकलेलं, वाचत असलेलं अगदी भिन्न! खरं रूप काय या समाजात स्त्रीचं? आणि स्त्रीने तरी कुठलं रूप जपलंय स्वतःचं?

"छे... सर्व विरोधी."

"मजाच आहे."

पुढे वाचू लागले.

पेपरमधे बातम्या येतात आणि विरून जातात. एकतर्फी प्रेमाचे बळी! अशा बातम्या या आता नेहमीच्याच झाल्या आहेत. आम्ही या पचवल्या; पण रोजचा जो मनोरंजनाचा तास असतो, त्यात आपण काय पहातो? दाखवाना मला इतकी क्रूर स्त्री! ही कथानकं लिहिणाऱ्या लेखकांमधे बायकांचाही समावेश आहे, ही खेदाची गोष्ट आहे. आणि मधेमधे तडफडणाऱ्या जाहिराती! त्यातही स्त्रीची अब्रू चव्हाट्यावर मांडली जाते.

मी खिन्न झाले. तिला काय म्हणायचं आहे हे मला समजत होतं. माझ्या डोळ्यांसमोर त्या जाहिराती झळकू लागल्या. मीसुद्धा या जाहिराती माझ्या मुलांबरोबर, घरी आलेल्या नातेवाईकांबरोबर बघितल्या आहेत. सुरुवातीला जेव्हा ती जाहिरात मी बघितली तेव्हा चॅनेल बदललं होतं. नंतरही एकदा तसंच करायला गेले तर माझा मुलगा म्हणाला, "कशाला बदलतेस चॅनेल? मला माहिती आहे सर्व!" वय वर्षं तेरा.

आणि आता सर्वत्र बोर्ड लागलेत. 'निसर्गाचा समतोल राखा.' कसा राखणार हा समतोल? सोनोग्राफी हा शोध लावला कुठल्या कारणासाठी आणि त्याचा वापर होतोय कशासाठी? डी. एन्. ए. टेस्ट करतात कशासाठी? मुली जर नाहीशा होऊ लागल्या तर मुलांना जन्म देणार कोण? मुलगा 'अस्तित्वात' येणार कसा पुढे? आणि मुलींचं फक्त एवढंच कर्तव्य, उपयोग आहे का? तिला तिचं असं स्वतंत्र

आयुष्य नाही? तिला तिचे विचार नाहीत?

इथे मी थांबले. मिळालेल्या स्वातंत्र्याचा सदुपयोग होतोय का? याचा अभ्यास कोण कधी करणार? कुठली युनिव्हर्सिटी करवणार? गर्भहत्त्या, भ्रूणहत्त्या.

छे!

भरकटले.

बाई गं, काय लिहिलं आहेस हे?

भ्रूणहत्त्या होते, मला माहीत आहे. मी अनुभवलं आहे. माझ्या वडिलांनी गुन्हा केलाय. माझी मावशी एक दिवस सांगत होती. 'वाचलीस बाळ! फार हाल झाले गं तुझे लहानपणी.' मी तिला म्हटलं, 'मावशी, मला माहीत आहे. मी नको होते ना बाबांना?''

''हो, पण जगवलं तुला आम्ही.''

''मावशी, खूप त्रास झाला ना तुम्हाला माझ्यामुळे?''

''त्रास झाला; पण तो तुझ्यामुळे नाही.''

''बाबांमुळे?''

''हो, आता भोगतोय त्याच्या कर्माची फळं. कसा अपंग होऊन पडलाय?''

''पण, मलाच तर करावं लागतंय ना सर्व.''

''करू नकोस, राहू दे त्याला तसाच. त्याची तीच लायकी आहे.''

''मावशी...''

''लहानपणी तुला चमचा, चमचा मीठ खायला घालायचा गुपचूप. तू भोकाड पसरायचीस. आम्हाला कळायचं नाही तू का रडतेस ते. मग धावपळ. डॉक्टरांकडे न्या, तपासा, तुला औषधं आणा.''

''काय? मीठ? ते का?''

''मिठाने नाजूक आतड्यात जळजळ होते, आगआग होते. पण हा पठ्ठ्या तुला पाणी पाजून देत नसे. खूप हाल झाले बाई गं?''

''मावशी...''

''तरी बरं. शेजारीच रहात होते तुमच्या. शेवटी एक दिवस मीच बघितलं तुला तो मीठ भरवत होता. तू त्या चवीने रडत होतीस. माझा जीव हबकला आणि त्याचा विरोध न जुमानता तुला उचलून धाव घेतली डॉक्टरांकडे. सलाईन लावलं त्यांनी तुला आणि हळूहळू तुझी प्रकृती सुधारली.''

आज इतक्या वर्षांनंतर मी हे का लिहीत आहे? कदाचित या माझ्या जगण्याचं हेच ध्येय असेल की मी ही अर्भकहत्त्या जगापुढे आणावी. आणि इतक्या वर्षांनंतर लिहित्ये कारण मला आत्ता आत्ताच तेवढं धैर्य येतंय. आता घाबरून जगायचं नाही,

हे मी ठरवलंय. कुणी काय करतंय, करतंय की नाही, याची मी वाट बघत बसणार नाही. स्त्री अबला नाही, हे ठणकावून सांगणार. जर कुणी अशी हत्या करताना दिसलं तर मी शस्त्र उगारेन. तेवढी मानसिक ताकद माझ्यात आता आली आहे.

लेखाचे कागद माझ्या हातून घरंगळून गेले.

ही कथा नव्हे, कल्पनाविलासही नव्हे. जे मी आत्ता सांगितलं आणि तुम्ही वाचलंत, ती होती एक वस्तुस्थिती. या वस्तुस्थितीला अंत नाही म्हणून मोजमाप नाही. कादंबरीइतकं की कथेइतकं? लिहिता लिहिता एकच जाणवलं. विषय नेहमीचाच. प्रत्येक काळात, सनावळीत चालू राहिलेला – स्त्री मुक्ती – नारेबाजी चालू राहिलेली. प्रत्येक काळात मोठमोठाले लेख लिहायचे आणि...

वस्तुस्थिती म्हणून सोडून द्यायचे.

■

मी आणि चॅमी

मला मनाला जर विरंगुळा हवा असेल तर बरेच प्रकार आहेत. गाणी ऐकणे, वाचन करणे, सिनेमा बघणे, फिरायला जाणे, चित्रं काढणे वगैरे वगैरे. पण हे विरंगुळा मिळविण्याचे प्रकार जरासे जुने झालेत आता. म्हणजे आहेत – अजूनही हे सर्व केलं जातं; पण त्यात भर पडली आहे एका वेगळ्या प्रकाराची.

सतत नावीन्याचा शोध घेणारी माणसाची जात!

मीही त्यातलाच. नावीन्य शोधणारा.

माणसांच्या गराड्यात सतत राहून जेव्हा थकतो, तेव्हा विरंगुळा मिळावा म्हणून काही तरी नवं शोधतो. कधी शोध फळतो कधी फिस्कटतो.

मजेशीर असते माणसाची वृत्ती! माणसाला माणसांचाच उबग येतो. एकांतवास हवासा वाटतो आणि एकटं रहायचं आहे असं म्हणत म्हणत सोबत शोधत आयुष्य संपवतो.

'मनासारखी सोबत मिळाली!' असं कुणीही म्हणत नाही. आणि जे असं म्हणतात, ते त्या त्या काळापुरत्या सोबतीबद्दलच म्हणतात. एकेका 'सोबती'चा एक एक काळ असतो. तेवढा काळ सरला की ती जिवाभावाची किंवा संपूर्ण विश्वासाची सोबत गैरसोयीची आणि हळूहळू अविश्वासाची होत जाते. हे अनिवार्य आहे असं होणं. त्यात दोष कुणाचाच नाही हे मी माझ्या गेल्या सत्तावीस वर्षांच्या अनुभवावरून म्हणू शकतो. मग तीच तीच माणसं नकोशी किंवा कंटाळवाणी होतात आणि म्हणून नवीन ओळखी हव्याशा वाटतात. पण हे चक्र चालूच रहातं आणि माणसांच्या गराड्यात असूनही माणूस अचानक एकाएकी एकटा होतो. त्याचं वागणं बदलतं. नजर शून्यात हरवते. आजूबाजूच्या हालचाली त्याच्यासाठी 'फ्रिज्ड' होऊन जातात आणि मग इथे माझ्या कामाला सुरुवात होते. अशी फ्रिज्ड किंवा ओव्हर एक्सायटेड झालेली माणसं 'पेशंट' बनतात. या पेशंट नामक व्यक्तीला त्याला नको असलेली माणसं माझ्याकडे घेऊन येतात आणि मग गंभीर चर्चेला

सुरुवात होते. त्या व्यक्तीला तिला हव्याशा वाटणाऱ्या जगातून खेचून आणून पुन्हा सर्वसामान्य, आखून दिलेल्या जगात वावरायला भाग पाडण्याचं काम मी करतो.

'तसा मी लहानपणापासूनच भोचक वृत्तीचा!' माझी आई हे वाक्य माझ्या लहानपणी दिवसातून पाच-सात वेळा तरी म्हणायची. म्हणजे ती एवढंच म्हणायची – 'भोचक नुसता!' खरं होतं तिचं. कारण मला चौकशा करायला फार आवडायचं. सवयच होती मला तशी. आईच्या भाषेत 'चांभारचौकशा' सर्वसामान्य परिपाठ सोडून कुणी जरा वेगळं वागलं की लगेचचं माझं विचारचक्र सुरू व्हायचं. अमुक-तमुक माणूस असं का बोललं? का वागलं? काय बरं कारण असेल? मग माझे प्रश्न सुरू व्हायचे. प्रश्नांचं समाधानकारक समर्थन आईने केलंच पाहिजे, असा अट्टाहास असायचा. कारण तीच एकमेव होती माझ्यासाठी. बाबांसमोर उभं रहाण्याची माझी टापच नव्हती. प्रश्न मी विचारला रे विचारला की आई म्हणायची, 'लागला का किडा वळवळायला?'

या वळवळणाऱ्या किड्याला योग्य दिशा दाखवणारी व्यक्ती म्हणजे पुन्हा माझी 'आईच'. नुसते प्रश्न विचारून भंडावून सोडू नकोस. खरा असशील, खरंच चिंता करशील सगळ्यांची तर त्यावर तोड देणारा हो. आधार हो. तर मानेन तुला आणि सांगेन सर्वांना, 'हा माझा मुलगा!'

पटलं बुवा तिचं मला. मग खरोखरच तसा विचार करायला लागलो. 'प्रश्नांवर तोड देणारा व्हायचं, पण कसं?'

गुरू छानच भेटले. मार्ग सुकर होत गेला. आणि जिथे वळवळणारा एकच किडा होता, तिथे अशा किड्यांचं साम्राज्य प्रस्थापित झालं. एकच का प्रश्न असतो कधी? त्या एका प्रश्नातूनच इतर अनेक प्रश्न तयार होतात आणि होतच रहातात. आणि मग एक अशी वेळ येते की मी 'फ्रिज्ड' होतो.

मग मला विरंगुळा हवा असतो. संगीत नको असतं. कारण आत्ताचं संगीत फक्त आरडाओरडा करतं. आणि जुन्या संगीताकडे मी त्या वयात काणाडोळाच केला होता. खरंतर कुठलेच विरंगुळे मला साथ देत नाहीत. कारण मी आहे एक जगातला सर्वांत अरसिक माणूस. ही 'अरसिकाची' पदवी मला माझ्या बायकोने अगदी रसिकतेने दिली आहे. जेव्हा जेव्हा ही पदवी ती मला बहाल करते तेव्हा तेव्हा मी अगदी नम्रतेने वाकतो आणि त्या पदवीचा स्वीकार करतो. जेव्हा जेव्हा असं होतं तेव्हा तेव्हा मग सौ.ला अजूनही शब्दसंपदा सापडते आणि मग पूर्णविराम नसलेली लांबच लांब वाक्यरचना सर्वांश्रुत होते. 'यांना काहीही बोललं तरी चालतं म्हणजे ते हे असं सिद्धच करून दाखवतात आणि त्यावरही जराही अवाक्षर न बोलता. मीच बडबडी आहे हे इतरांना दाखवून देतात. कारण हे पडले मोठे मानसशास्त्रज्ञ आणि

आम्ही पडलो साधे सरळ. घर - मूलबाळ करत रहाणारे. आता उठतील आणि जाऊन बसतील त्या दुसऱ्या बायकोबरोबर, ऑन क्लिक्, एंटर एंटर करत. आणि त्या उंदराला इथून तिथे धाववत?'

हा विरंगुळा झकास आहे. म्हटलं तर माणसांच्या संगतीत, म्हटलं तर आपण आपले एकटे.

आपल्याला हवं तरच समोरचा बोलणार. मला हवं तरच मी उत्तर देणार. समोरचा बोलला नाही. हरकत नाही. गेला उडत! मी बोलत नाही? मग, माझी मर्जी! चॉईस मलाही आणि समोरच्यालाही.

फार दिवस तसे झाले नाहीयेत; पण हा एक खेळ सुरू झालाय. खेळ माहीत नव्हता असं अजिबात नाही. कधी खेळलो नव्हतो. अगदी हल्ली हल्लीच, एक तीन-चार महिन्यांपूर्वी चॅटिंग सुरू केलं. खरं तर माझ्यासारख्या ख्यातनाम सायकियाट्रिस्टने चॅटिंगसारखा विरंगुळा शोधावा म्हणजे अगदी... अगदी काहीतरीच! मी या माझ्या वर्तनाचा सखोल अभ्यास केला तेव्हा माझ्या एक गोष्ट लक्षात आली. ती अशी. चॅटिंगवरून चिटिंग खूप होते आणि या चिटिंगमुळे काही आयुष्य बरबाद झाली आहेत. वर्तमानपत्रांतून अशा भरपूर बातम्या येतच असतात. मग मीही विचार करू लागलो की लोक चॅटिंग का करतात? त्यातून त्यांना कुठला आनंद मिळतो? चॅटिंग करणाऱ्यांची मानसिकता काय असते? या प्रश्नांची उत्तरं अगदी साधी, सरळ सोपी अशी मला माझ्या चिरंजीवाकडून मिळाली. लोक चॅटिंग करतात कारण त्यांच्याकडे भरपूर रिकामा वेळ आहे. त्यांना एकप्रकारचा आनंद मिळतो की, त्यांच्याशी कुणी बोलू इच्छितं, त्यांच्यासारखंच रिकामटेकडं! त्यांची मानसिकता म्हणजे कमी पैशात बसल्या जागी फुकटचा टाईमपास! ही उत्तरं झाली अर्थातच सर्वसामान्य विचारशक्ती असणाऱ्यांची! मी एवढ्यावर समाधान मानू शकत नाही. या प्रश्नांच्या गाभ्याला भिडायचं जर असेल तर चॅटिंग हा प्रकार मलाच अजमावून पाहणे अत्यावश्यक आहे हे चटकन् ध्यानात आले. शिवाय या स्वरूपाचा जर एखादा तरुण पेशंट समोर येतो तर त्याला कसं 'ऐकायचं' हे मला समजायला हवं असेल तर मीच चॅटिंग करून अनुभवणं इज् मस्ट!

अनुभव घ्यायचा म्हणून ज्या प्रकाराची सुरुवात केली, तो प्रकार 'खेळ' कधी आणि कसा झाला हे कळलंच नाही. 'हा खेळ एक व्यसन बनलंय माझं' असं सौ. जाता-येता सर्वांना सांगत असते. मग मीही सांगतो, 'त्या धुराच्या आणि बेहोषीच्या व्यसनापेक्षा हे व्यसन चांगलं आहे.' सौ.चं तोंड गप्प करायला हे उत्तर ठीक आहे. पण खरंतर मला या चॅटिंगमुळे माझ्या व्यवसायाला मदत होते. आता हे सौ.ला कसं पटवायचं हे मात्र कळत नाही. पण खरंच मदत होते. अगदी गेल्या आठवड्यातला किस्सा...

मी एंटर केलं आणि समोर स्क्रीनवर ऑनलाईन असणाऱ्यांची नावं झळकली. मला गंमत वाटते अगदी प्रत्येक वेळी. कारण जेव्हा जेव्हा मी चॅटरूममध्ये जातो तेव्हा तेव्हा तिथे नवीन नावे ॲड झालेली दिसतात.

"हे..."

हॅलो, हाय किंवा इतर काही गुड इव्हनिंग वगैरे नाहीच. सरळ 'हे.'

हे तर हे...'

"हे..."

"हूज्, धीस?"

"हाऊ आर यू?"

"कमॉन बेब."

मी चक्रावलो. बेब? काय उत्तर द्यावं?

"आर यू देअर?"

"यस्."

"कमान्... बेब ओपन अप्."

छे... छे... काय ओपन होणार? काय उत्तर देणार? सरळ ऑफ केलं. विचारचक्र सुरू झालं. इथे मी होतो म्हणून समोरची व्यक्ती, जी कुणी असेल तिला योग्य प्रतिसाद तिला हवा तसा मिळाला नाही. पण जर कुणी वेगळं असतं माझ्या जागी तर? या मानसिकतेवर मग मी एक आर्टिकल लिहिलं. ते जेव्हा छापून आलं तेव्हा बरीच चर्चा झाली त्यावर. या आर्टिकलमधे मी एक महत्त्वाचा मुद्दा मांडला होता. तो असा की व्यक्तीव्यक्तींमधली आदराची भावना नष्ट होत चालली आहे. कुणीही कुणालाही गृहित धरतं. पटलं तर ठीक नाहीतर 'Next' आहेच. ही आदराची भावना लहान वयातच जोपासली गेली पाहिजे आणि 'Next' असं काही नसतं, कारण तुम्ही स्वत:सुद्धा 'Next' ठरू शकता आणि प्रत्यक्षात मात्र हे असं ठरणं कुणालाही आवडत नाही. ती ती व्यक्तीच त्या त्या ठिकाणीच हवी तरच समाजाचं रूप पालटू शकेल.

दिवसभर नुसतं ऐकून घेणं हा एक मनस्वी उद्योग करता करता भरपूर मनातल्या मनात फेरफटका होत असतो. फक्त ऐकत असताना मन समोरच्या व्यक्तीपाशीच स्थिरावतं. ती व्यक्ती, तिचं बोलणं, तिचे हावभाव, हातवारे सर्व काही त्या तऱ्हेच्या हालचाली मला त्या व्यक्तीच्या मनातल्या कोपऱ्यान् कोपऱ्यात घेऊन जातात. एकदा का हे वक्तव्य संपलं की माझा माझ्यापाशी परततो आणि मग माझ्या मनातला फेरफटका सुरू होतो. फार गंमत असते ही एक! आधी समोरच्या व्यक्तीच्या मनातली भटकंती, मग माझ्या मनातली भटकंती. खूप साऱ्या गोष्टी खरंतर सारख्याच असतात. मी माझ्या मनात डोकावतो कारण मी तेव्हा तुलना

करत असतो. या प्रसंगी मी काय केलं असतं? अशा प्रसंगात मी कसा वागलो असतो? मला उत्तरं मिळत जातात आणि ऐकण्याचं सामर्थ्य वाढत जातं. या अफाट जगात प्रत्येकाला काही ना काही बोलायचं आहे, सांगायचं आहे आणि 'ऐकणारे' कुणीही नाहीत. म्हणून ही भूमिका मी स्वीकारली त्याचा मला पुन्हा पुन्हा आनंद होत जातो.

वयस्कर व्यक्तींना मात्र इतरांपेक्षा जरा जास्तच बोलावंसं वाटत असतं. हल्ली हल्ली माझ्याकडे येणाऱ्या पेशंटचा वयोगट साधारणपणे पन्नास ते साठ असा असतो. यात साठी उलटलेलेही असतात. खरंतर हे वय आरामाचं. सर्व आयुष्याची दगदग संपवण्याचं. शांत आणि सुखासमाधानाने जीवनाचा आनंद उपभोगण्याचं; पण तसं होत नाही. तरुण वयातले प्रश्न एकवेळ सोडवता येतात. कारण त्या तरुण मनावर संस्कार होऊ शकतात. त्यांच्यावर नवीन विचारांचा, वेगळ्या दृष्टिकोनाचा साज चढवता येतो. पण हे पन्नाशी-साठीचे लोक म्हणजे कठीण. कुठेही वाकायला तयार नसतात. ना मतं बदलायला. यात स्त्री आणि पुरुष दोघेही आले.

कधीकधी मलाही प्रश्न पडतो की अशा घट्ट मत असणाऱ्या पेशंटस्ना द्रववायचं कसं? तशी आम्हा डॉक्टरमित्रांमधे चर्चा होत असतेच. आम्ही दोघं-तिघं मिळून केस स्टडीही करतो. पण त्यात दुमत होतं. आणि आता आमचे व्युहज् आम्हाला अगदीच परिचयाचे झाले आहेत.

अरे! हे मला आधी का नाही सुचलं? यावर कदाचित उपाय मिळू शकतो. यस्, चॅटिंग! एखादा किंवा एखादी सायकियाट्रिस्ट!

चॅट रूम... कोड... एंटर... एंटर...

"हाय... फ्रेंड!"

"हूज् धीस?"

"यूवर फ्रेंड."

"व्हॉट यू डू?"

"चॅटिंग!"

"रादर, दॅन धीस?"

"व्हॉट यू डू?"

"आय् ॲम ए डॉक्टर!"

"हो... सो स्वीट. माय डॉगी इज् नॉट वेल. काइंडली ॲडव्हाइज् मी..."

छे! पुन्हा प्रयत्न करायला हवा.

सौ. वैतागली आहे. चिरंजीव माझ्यासाठी माझ्याच मित्राकडे जातो आहे. कन्सल्ट करायला. त्यांना काय वाटतंय? मी ठीक वगैरे नाहीये असं! पण त्यांचंही स्वाभाविक आहे. मी सध्या फक्त चॅटिंग करतोय, शोध घेतोय. एका अनोळखी

सायकियाट्रिस्टचा. ज्याला माझे व्युहज् माहीत नसतील, जो माझ्याकडे येणाऱ्या पेशंटस्च्या बाबतीत काही नवीन अँगलने पाहू शकेल आणि त्यावर आम्ही जरा वेगळी एका उच्च पातळीवरची चर्चा करू शकू. जो मला ओळखत नसेल, माझं नाव-गाव माहीत नसेल आणि मी ज्याला ओळखत नसेल असाच डॉक्टर मला आता हवासा वाटू लागला. एक मित्र म्हणून. मीही माणूसच आहे. मलाही त्याच त्या माणसांमध्ये राहून तेच तेच बोलून 'फ्रिज्ड' व्हायला होतं. मलाही नावीन्याची ओढ आणि गरज आहे.

मग सौ. आणि चिरंजीव मला समजून घेवोत न घेवोत.

पुन्हा पुन्हा प्रयत्न करावाच लागणार. काही इलाज नाही. कारण परवा आलेल्या केससंदर्भात मी अगदी सखोल अभ्यास करायचं ठरवलंय. ही केस जरा हटकेच आहे.

शाळेचा मास्तर. 'मास्तरच.' टिचर, सर ही आजकालची हाय सोसायटीची भाषा. जी आता सर्वसामान्य झाली आहे. मला आपला 'मास्तरच' बरा वाटतो. तर हा मास्तर गेले बत्तीस वर्षे शिकवतो आहे पण आता जरा विकृती निर्माण झाली. म्हणजे काय करतो? वर्गात जातो. मुलांना शिकवण्यासाठी पुस्तक उघडतो आणि काहीही न शिकवता नुसता बसून रहातो. इतिहासातल्या त्या काळात स्वतःच हरवतो. घरात आईला 'माँसाहेब' म्हणून हाक मारतो आणि मुलाला 'दगडूराजे' म्हणून हाकारतो. नवसाचा मुलगा असल्यामुळे त्याचं नाव दगडू ठेवलंय. मास्तराची बायको इतकी वर्षं मास्तरीण होती, ती अचानक 'राणीसाहेब' झाली. या ऐतिहासिक वृत्तीने घरातले सगळे भंडावून गेलेत.

आणि चक्क मला चॅटवर चॅटर मिळाला किंवा मिळाली. अगदी अथक परिश्रमानंतर. आणि अजूनही कमालीची गोष्ट ही, हा चॅटर चक्क मराठीय निघाली – निघाला. मग आम्ही मराठी इंग्रजीतून लिहायला लागलो. त्यातही एक वेगळी मजा येत होती.

"डॉक, सांगा काय प्रश्न आहे?"

"एक केस आलीये माझ्याकडे, एका मास्तरांची."

"बरं."

"बार?"

"बार नाही 'बरं', 'O.K.'"

"हा. तर नाही मी चुकून Barचं बार वाचलं."

"स्वाभाविक आहे. माझी चूक झाली. मी Bara टाईप करायला हवं होतं."

"हां. तर हा जो मास्तर आहे तो इतिहासात वावरायला लागला आहे. तो स्वतः म्हणजे कुणी महाराज आणि घरातले इतर म्हणजे राजे, महाराजांच्या वंशातले. असं

काहीतरी झालंय.''

"बाप रे!''

"हो ना. तर मी त्याला अगदी हळूवारपणे या इतिहासातून वर्तमानात आणणार आहे. गेली अनेक वर्षे इतिहास शिकवून शिकवून त्याचं असं झालं असण्याची शक्यता आहे.''

"डॉक, ही शक्यता आहे, हे बरोबर. पण याहूनही अधिक काही असू शकेल.''

"तोही विचार मी केला आहे. इतिहासात राजे-महाराजे यांना मिळणारा आदर-सन्मान! गुरूजनांबद्दल असणारी प्रेमाची, आदराची भावना. आजकाल हे सगळं दुर्मिळ होत चाललंय.''

"म्हणजे असं म्हणायचं आहे का की या तुमच्या पेशंटला अशा आदराची अपेक्षा आहे?''

"हो. अगदी बरोबर. शाळेतली मुलं 'टीचर' या समूहाला कसंही बोलतात, वागवतात. त्यांना काही ना काही नावं ठेवतात. टीचर ज्ञान देण्याच्या प्रयत्नात या बाकीच्या गोष्टींकडे दुर्लक्ष करतात; पण त्यांच्यापैकी एखादा असा मास्तर स्वत:वर परिणाम करून घेतो.''

"मग यावर तोडगा काय? तुम्ही काही त्या मास्तरांच्या शाळेत जाऊन मुलांना हे सांगू शकत नाही की मास्तरांना आदराने वागवा!''

"नाही.''

"हा आदर निर्माण व्हावा लागतो. तो करता येत नाही. मुळातच मुलांची मानसिकता तशी हवी.''

"हो आणि याकरिता प्रत्येक मुलाच्या आई-वडिलांनी आपापल्या मुलाच्या मनात लहानपणीच ही आदर-प्रेमाची भावना तयार करायला हवी.''

"बरोबर. पण या मास्तरांच्या केसच्या बाबतीत या गोष्टीला उशीर झालाय.''

"हो ना. शिवाय घरच्यांनीही त्याला आदराने वागवायला हवं.''

"डॉक, घरच्यांचं नंतर बघू. पण आत्ता तुम्ही त्यांना अरे तुरे करत आहात, हे चूकच ना?''

"वेल सेड. एकदम मान्य. इंग्रजी भाषेने दिलेला हा सर्वांत मोठा ड्रॉ बॅक! सर्वांनाच अरे-तुरे म्हणत असतो मी. मग मी मराठी जरी बोलत असलो तरीही.''

"ठीक. आता बोला. घरच्यांबद्दल सांगत होतात...''

"हो, तर घरचेही तुच्छ लेखतात हो मास्तरांना!''

"कशावरून?''

"बोललो ना मी त्यांच्याशी.''

"मग आता आधी घरच्यांना समजवायला हवं.''

"ते मी करतोच."

"बोलून घ्या तुम्ही. उद्या भेटू पुन्हा. याच वेळेला. काय प्रोग्रेस आहे ते डिस्कस करू. बाय..."

सौ. वैतागलीये. रात्री-रात्री अगदी उशिरापर्यंत कुणाशी बोलत असतो मी, या विचारांनी हैराण झालीये. शेवटी तिला मी समजवण्याचा प्रयत्न केला. मास्तर केस सांगितली; पण चेहऱ्यावर तिच्या शून्य! माझंच चुकलं. चांगली डॉक्टरकी शिकलेली बायको करायला हवी होती. पण त्या वेळेला अक्कल शेण खायला गेली होती. माझा डॉक्टरी पेशा म्हणजे वेळ-काळाचं बंधन नाही. आई-वडील, मुलं यांच्याकडे लक्ष देणारी, सेवा करणारी, प्रेमाने संसार सांभाळणारी गृहिणी हवी होती मला. तशी सौ. केली आणि ती तशीच आहे. अरे, पण माझं काय? मला वैचारिक पातळीवर– – माझ्या पातळीपर्यंत येऊन चर्चा करू शकणारी सौ. मिळायला नको? छे...! चुकलोच. गृहिणी + मैत्रीण + हुशार मैत्रीण अशी सौ. करायला हवी होती. पण आता चूक दुरुस्त करायचं वय निघून गेलंय.

"हाय डॉक, काय म्हणतोय मास्तर?"

"हे बरं नाही. मला शिकवायचं 'आदर दाखवा' आणि स्वत: मात्र..."

"तो माझा पेशंट कुठे आहे?"

"तेही बरोबर. पेशंट ठीक आहे. सध्या त्यांच्या सौभाग्यवतींशी चर्चा चालू आहे. पण खरं तर मास्तरांना घरातून योग्य मान, सन्मान मिळतोय."

"हा प्रश्न वेगळा असणार."

"मलाही तेच वाटतंय."

"डॉक!"

"बोला."

"वय काय मास्तराचं?"

"पंचावन्न."

"अरे, म्हणजे हा तर मेनोपॉज!"

"ऑऽऽ!"

"यस्. हा मेनोपॉज्!"

"च्यायला, खरंच की!"

"प्रश्न सुटला?"

"नाही. अजून वाढला!"

"कसा काय बुवा?"

"कारण यावर औषध नाही. 'काळ' हेच औषध!"

"पण उत्तर तर सापडलं?"

"उत्तर सापडलं पण समाधान नाही!"

"त्याला काय इलाज? निसर्गापुढे मानवी शक्ती कमीच पडणार ना?"

"थँक्स्!"

"कशासाठी?"

"मदत झाली तुमची."

"काय हे डॉक्? आपण 'मित्र' ना? मग थँक्स कशाला?"

"कधी भेटणार?"

"दोन-तीन दिवसांनी."

"ओके."

हे मला का नाही सुचलं? माझ्या नेहमीच्या मित्रमंडळींनाही नाही सुचलं. चॅट-रूम इज् ग्रेट! मास्तरांचा प्रश्न सुटणार. नव्हे सुटलाच. महाराज मास्तरांना सांगितलं की काही दिवस सुट्टी घ्या. राणीसरकारला घेऊन फिरायला जा. दगडूराजांना स्वातंत्र्य द्या. आणि मास्तरांनी ऐकलं. इतिहास हळूहळू इतिहासात जमा व्हायला लागला आणि वास्तवता वस्तीला आली.

मेनोपॉज प्रत्येक व्यक्तीला येतो. 'मन' म्हणतं जरा 'पॉज' घे. खूप धावपळ केलीस. आता जरा थांब. तारुण्य ओसरलंय, वृद्धत्व जवळ येतंय. तारुण्य आणि वृद्धत्वाच्या मधला काळ - मेनोपॉज! इच्छा, आकांक्षा संपलेल्या नसतात; पण शरीराची साथ मंदगतीची झालेली असते. मुलांच्या रूपाने तारुण्याचा बहर दिसत असतो आणि हा बहर आपला ओसरलाय हे प्रकर्षानं जाणवत रहातं. हा निसटलेला बहर पुन्हा पकडण्याची केविलवाणी धडपड सुरू होते. धावता येत नाही आणि थांबताही येत नाही. हार्मोन्स बदलतात; पण ते जाणवत नाही.

मेडिकली या अशा अवस्थेला 'मेनोपॉज' म्हणून शास्त्र गप्प बसतं. मेडिसिन्स मदत करतात, नाही असं नाही. पण जास्त मदत मनानेच करायला हवी. वृद्धत्वाचाही एक वेगळा बहर असतो. तो बहर ओळखता यायला हवा. जाणीवपूर्वक स्वत:पाशी थांबून, मग पुढे चालायला यायला हवं.

तसं सोपं आहे सगळं. आपणच उगीचच छोट्या छोट्या गोष्टी कठीण करून ठेवतो.

सौ.ला समजवलं पाहिजे. उगीचच माझ्या चॅटिंगमागे हात धुवून लागलीय. परवाच माझा डॉमि म्हणजे डॉक्टर मित्र मला सांगत होता,

"काय चाललंय तुझं सध्या?"

मी म्हटलं. "काही नाही."

मग म्हणाला, "वहिनी कशा आहेत?"

"उत्तम!"
"नाराज आहेत का?"
"नाही बुवा!"
"खूप दिवसांत जेवायला बोलावलं नाही मला."
"ये ना. कधीही."
"पण तू तर कामात असतोस."
"अरे, आपलं फिल्डच तसं आहे."
"रात्रीच्या पण केसेस् घ्यायला लागला आहेस का! पेशंट्सना 'नाही' म्हणून सांगत जा."
"केसेस नसतात रे. पण..."
"हां... हां... बोल."
"असतो वेगळ्या कामात."
"तुझं हे 'वेगळं काम' फारच वेगळं तर नाही ना?"
"तू काय माझी उलट तपासणी घेत आहेस का?"
"नाही. पण कळू तर दे काय काम असतं?"
"केस स्टडी करत असतो."
"हे बघ. आडपडदा खूप झाला. सरळ सरळ बोलूया. तुझं सध्याचं 'वेगळं काम' मला चांगल्यापैकी माहीत आहे."
"मग प्रश्नच मिटला."
"नाही. प्रश्नांना सुरुवात झालीये. तू एवढा नामांकित मानसशास्त्रज्ञ. तुझ्यामुळे किती तरी घरं स्थिरावली. तू स्वत: सर्व प्रश्नांसाठी समर्थ आहेस. तुला या प्रकारच्या आधाराची गरजच काय?"
"मला गरज आहे ती माझ्यासाठी नव्हे, तर माझ्या पेशंट्ससाठी आहे. आज इतकी वर्षं आपण तुझ्या-माझ्या केसेस डिस्कस करत आलो. आपल्याला आपल्या दोघांचे दृष्टिकोन ठाऊक आहेत. सर्वोपांगी विचार करूनही काहीतरी रहातंच. मेडिकल सायन्समधे रोज भर पडत आहे ज्ञानाची. पण तसेच रोज वेगवेगळे प्रश्नही सामोरे येत आहेत. कधीकधी तर समोरच्याची समस्या ऐकून मती कुंठीत होऊन जाते. आपण किती हेल्पलेस आहोत हे जाणवत रहातं आणि विश्वास डळमळतो."
"मान्य आहे. हे सर्व माझ्याही बाबतीत होतं. पण म्हणून काय इलाज शोधला आहेस तू हा? चॅटिंगचा?"
"का नाही?"
"ओफ्."
"तुला सौ.ने अगदी मस्त पढवून पाठवलंय वाटतं."

"राहू दे."

चॅट रूम. पासवर्ड. एंटर, एंटर...

"मित्र..."

"हाय."

"कसं चाललंय?"

"अरे, बोला ना."

"हॅलो, आर् यू देअर?"

"हो."

"गप्प का?"

"काय बोलू?"

"सो, फनी कार्टून. काय पाठवताय हे?"

"सध्या हाच मूड आहे माझा."

"ओपन... काय झालंय?"

"काही धड सांगू शकत नाही."

"सिरियस केस आहे!"

"हो."

"माझ्याकडे पण एक केस आली आहे."

"अच्छा!"

"गेले दोन दिवस तुमचा पत्ता नाही."

"जरा बिझी होतो."

"मला काही डिस्कस करायचं होतं."

"गो अहेड."

"आता आज नको. तुमच्या या मूडमधे काही डिस्कशन शक्य नाही."

"उद्या भेटतो."

"सी यू देन्."

मी आणि ऑफ मूड? छे! चिरंजीवांना चांगली समज द्यायला हवी. सौ.शी बोलत होते हे मारे! म्हणतो काय - की 'पपांचं काही तरी बिनसलंय. तासन् तास कसलातरी विचार करीत असतात. विचित्र हातवारे करत असतात.' आता होतात कधीकधी हातवारे. काय चूक आणि विचित्र त्यामधे? अरे, अनेक तऱ्हेची माणसं रोज वाचत असतो मी! यांना घरबसल्या काय कळणार? म्हणावं जरा बाहेर पडा या चार भिंतीतून, जग कसं आहे आणि कायकाय चाललंय जगात, याचा अनुभव घ्या. सौ.चं समजू शकतो, पण चिरंजीवांना कळू नये? तो तर जग कसं आहे हे

बघतोय, अनुभव घेतोय. या चित्रविचित्र माणसांना सांभाळायचं म्हणजे काय मस्करी आहे? आई पण त्यांना सामील झाली आहे. तीही म्हणत होती, 'माझंच चुकलं गं बाई. याच्या लहानपणापासून चांभारचौकशा चालू असायच्या. स्वभावच त्याचा तो. म्हटलं, या त्याच्या भोचक स्वभावावर उतारा तर काही नाही. म्हणून बोलले कशी तरी त्याला, एवढा पुळका आहे तुला सर्वांचा तर प्रश्न सोडव त्यांचे. आता मला काय माहीत? या वयात हा असा विचित्र वागेल ते? लोकांचं ऐकून ऐकून स्वत: तसाच व्हायला लागला की काय?'

आई, तूसुद्धा? डॉमि, चिरंजीव, सौ. सर्वांना माझ्याबद्दल शंका येऊ लागलीये. आधार एकच. चॅमि... चॅटिंग मित्र.

पासवर्ड... एंटर... एंटर...

"आज मूड कसा आहे?"

"एकदम, होपलेस!"

"काही नवीन केस?"

"नाही, त्याच जुन्या चालू आहेत. कधीकधी असं वाटतं की संपूर्ण जगच एक केस झाली आहे."

"कमॉन डॉक्."

"तुम्हाला सांगतो."

"तुला म्हटलं तरी चालेल."

"तुला सांगतो. माझ्या नवनवीन प्रयत्नांना कुणाचीच साथ मिळत नाहीये. घरच्यांचीसुद्धा."

"सौभाग्यवती काय म्हणतात?"

"ती काय म्हणणार? परवाचीच गोष्ट सांगतो. ती चिरंजीवांना सांगत होती, 'तू डॉक्टर आहेस. तुला तुझ्या वडिलांकरता काही करता येत नाहीये. मग तुझ्या डॉक्टरीचा उपयोग काय?"

"काय होतंय तुम्हाला?"

"तू म्हटलं तरी चालेल."

"काय होतंय तुला?"

"काहीच नाही, पण त्यांना समजवणार कोण?"

"त्यांना तुला काय झालंय असं वाटतंय?"

"मी विचित्र वागतोय, असं त्यांचं म्हणणं आहे."

"ते कसं काय?"

"मी तुझ्याशी तासन्तास रात्रीचा बोलत बसतो."

"यात विचित्र काय?"

"तेच तर मला कळत नाही. मी तुला बघितलेलंही नाही. तू स्त्री आहेस का पुरुष हेही मला माहीत नाही. तुझ्याशी बोलणं हा मला विरंगुळा वाटतो, हे त्यांना खटकतं."

"असं?"

"हो, त्या विषयावरून घरात नुकतंच वादळ झालं."

"डॉक्, हे बरोबर नाही."

"मला माहित्ये, त्यांचं चुकतंय!"

"तुला खात्री आहे ना, की तू काहीही चुकीचं करत नाहीयेस?"

"अर्थातच."

"मग चिंता कशाला?"

"कशाला म्हणजे? माझ्या घरच्यांनी मला समजून घ्यायला नको? मी तुझ्याशी केस स्टडी करतो. काय चुकतोय? चिरंजीवांना नाही समजत. ठीक आहे पण सौ.नेही समजू नये?"

"काय झालं?"

"सौ. चिरंजीवांना सांगत होती, रात्रीचा मी बेडरूमभर फेऱ्या घालत असतो. धड झोपत नाही..."

"का रे? हे तर तू मला आधी कधीच बोलला नाहीस."

"अस्वस्थ होतो. पॅल्पीटेशन वाढतं आणि अचानक घाम यायला लागतो. मग फेऱ्या मारत रहातो. बरं वाटतं. डोक्यात केसचे विचार चालू असतात."

"बरं, मग पुढे काय झालं?"

"चिरंजीव म्हणाले, तू लक्ष देऊ नकोस त्यांच्याकडे. किती काळ फेऱ्या मारत रहाणार? थकतील आणि झोपतील."

"मग?"

"सौ. म्हणते, अरे पुटपुटतही असतात."

"खरं का रे?"

"हो, होतं असं. लाऊड थिंकिंग!"

"हं..."

"चिरंजीव म्हणाले, 'यडपटपणा आहे झालं!' हे ऐकलं आणि अस्सा राग आला. सरळ गेलो त्यांच्यासमोर आणि दोघांना घेतलं फैलावर. बापाला चिरंजीव यडपट म्हणतात आणि सौ. शांतपणे ऐकून घेते? हेच संस्कार केले काय मुलावर? काही बापाबद्दल मान? अभिमान नसेल तर नसेल, पण मान ठेवायला नको! सौ. ला विचारलं सरळ... काय शिकवण दिलीस मुलाला? एवढा ताडमाड वाढलाय तो काय फक्त शरीराने? वैचारिक वाढ कुठे आहे? हे... हे असं बोलतो मुलगा...

प्रत्यक्ष बापाला? आणि तुम्ही मातोश्री निमूट ऐकून घेता! मला कळत नाही. तुम्ही आई झालातच कशा?''

''डॉऽऽऽ क्!''

''हो... बोललो बिंधास!''

''डॉक्. तू... तू... तूलाही मेनोपॉज?''

''काऽऽ य!''

काय वाट्टेल ते बोलतोय चॅमी. चमच आहे. अरे, मी स्वत: डॉक्टर आहे. मोठा सायकियाट्रिस्ट आहे. चिरंजीवांसारखा शरीरावर दवा देणारा नाही तर मनावर राज्य करणारा आहे. आणि मला ही / हा अक्कल शिकवतो / शिकवते आहे. मला आणि मेनोपॉज! शक्यच नाही. उलट, माझी या वयात मेनोपॉजमुळे अशी अवस्था होऊ नये यासाठी मी कधीपासूनचाच जागृत आहे. अगदी वयाची चाळीशी गाठली तेव्हापासून. या चॅमिला काय माहीत असणार याबद्दल! चॅमिची एका केसमधे मदत झाली; ती मेनोपॉजचा खरोखरच पेशंट होता तो मास्तर म्हणून. पण याचा अर्थ असा नाही होत की प्रत्येकजणच 'मेनोपॉज'मधे असेल. आणि कुणी असतील तर असोत कारण ती सामान्य माणसं असतात. पण मी? एक सायकियाट्रिस्ट? हा चॅमि म्हणजे डॉमि किंवा सौ. किंवा चिरंजीव यांच्या ओळखीतला तर नसेल ना? छे, विश्वासघात झाला. एका सुंदर मैत्रीचा अंत!

आता अगदी नाईलाजाने पुन्हा शोध सुरू करावा लागणार. पुन्हा अस्वस्थता आणि आशा-निराशा.

चॅट रूम, एंटर... एंटर. नकोच - हा चॅमीपण आधीच्या चॅमीसारखा निघाला तर? नकोच डिलिट... डिलिट...

■

हिशोब

"आपण दोघं मिळून एक छान आयुष्य जगू."

"हो."

"तुला सांगतो, तुला म्हटलं तर चालेल ना?"

"हे काय विचारणं झालं? आपलं लग्न ठरलंय ना? बायकोला कुणी अहो जाहो करतात का?"

"तसं नाही गं. पण आपली दोघांचीच फक्त अशी ही पहिलीच भेट. या भेटीतच आपल्या दोघांचे दृष्टिकोन क्लीअर व्हायला हवेत. जसे माझे काही आहेत तसेच तुझेही असतील. तूही अगदी मनमोकळेपणाने बोल."

"दृष्टिकोन वगैरे सारखे मोठे शब्द नकोत. इच्छा म्हणाल तर आहेत आणि त्या असायला हव्यातच."

"मान्य. सांग, काय काय इच्छा आहेत तुझ्या!"

"आधी तुम्ही सांगा."

"मग सर्वांत प्रथम एक इच्छा. तू मला नावाने हाक मारायचीस. अहो वगैरे म्हणायचं नाहीस."

"हे भलतंच. आपलं घर पुरातन विचारांचं. आणि बरोबरच आहे ते."

"अगं, पण आजच्या काळात आपण आजच्यासारखंच वागायला हवं."

"काऽऽही आवश्यकता नाही तशी. मी तुमचा एकेरी उल्लेख केला तरच आपण पुढारलेले, आजच्या काळातले, असं होत नाही. मी जेव्हा तुमचा आदर शब्दांतून व्यक्त करेन तेव्हाच पुढे सर्वजण – अगदी आपली मुलंसुद्धा तुम्हाला आपोआपच आदराने वागवतील. ए बाबा किंवा ए पपा असं म्हटलेलं मला खपणारच नाही. मुलांनी अहो बाबा किंवा पपा असंच म्हटलं पाहिजे."

"बाप रे! तू मुलांपर्यंत पोहोचलीस?"

“हो, कारण त्याशिवाय माझ्या भावना तुम्हाला कळल्या नसत्या.”

“मान्य, मी माझी ही इच्छा खोडून टाकतो. ए, पण एकांतात असताना तरी मला नावाने हाक देशील ना?”

“हं...”

“मग हे ठरलं. आता इच्छा...”

“आता मी सांगणार.”

“ठीक. तू सांग.”

“आपण कायम सासूबाई आणि मामंजींबरोबरच रहायचं. वेगळं घर करायचं नाही.”

“डन्. हे तर तू माझ्या मनातलं बोललीस. आणि तूही त्यांना माझ्यासारखं आई-बाबाच म्हण. त्या दोघांनाही ते आवडेल.”

“मलाही.”

“घरात जरा अडचण होईल.”

“चालेल ना आणि आपल्या माणसांची कधी अडचण होत नसते.”

“तू खरंच खूप समजूतदार आहेस. मी माझ्या मित्रांची लग्नानंतरची फरपट बघितली आहे. बायकोला सांभाळू की आईला? या पेचात बिचारे अडकले आहेत.”

“मी समजूतदार खरंच असेल तर त्याचं श्रेय माझ्या आई-वडिलांना आहे. हे विचार त्यांनीच बिंबवले आहेत माझ्यावर...”

“मी भाग्यवान.”

“मीही...”

“अहो! किती वेळ असंच बसून रहाणार आहात? बोला ना काही तरी.”

“छान, शांत वाटतंय. तू माझ्या निकट आहेस. हा सूर्यास्त आणि या छोट्याशा टेकडीवरची ही मखमली हिरवळ. हे वाहणारे सुखद वारे. अगदी स्वप्नवत्!”

“हो, अगदी स्वप्नवत्!”

“उशीर झाला हं तुम्हाला यायला.”

“काय करणार? ती ट्रेन, गर्दी, मग बस. मधेच ट्रॅफिक जॅम... तरी मी तुला फोनवरच सांगितलं होतं, इथे भेटण्यापेक्षा आपण माझ्या ऑफिसच्या समोरच्या इराण्याकडे भेटू.”

“तो घाणेरडा इराणी?”

“वेळ वाचला असता. जास्त वेळ भेटता आलं असतं.”

"पण वातावरण? त्या तशा वातावरणात काही बोलणं सुचलं नसतं. इथे कसं अगदी मोकळं आणि मनसोक्त असं काहीतरी वाटतं."

"जरा बसूया आता?"

"हो... हो. मी तुमच्यासाठी मेथीचे ठेपले आणलेत."

"वा! भूक लागलीच आहे."

"मला कल्पना होतीच. आणि ही पाण्याची बाटली. खाऊन घ्या ना?"

"तूही खा. नाही मीच भरवतो तुला."

"अहोऽऽ"

"कुणीही बघत नाहीये, खा ना!"

"बायको..."

"अजून झाले नाही."

"मनाने केव्हाचीच झालीये."

"बोला नवरोबा..."

"वा... एकदम नवरोबा... छान आहे, छान आहे. तर बायको... आता असं वरचे-वर नाही भेटता येणार."

"असं का?"

"ऑफिसमधे लोड वाढलाय जरा. ओव्हर टाईम करावा लागणार आहे."

"हरकत नाही. पण शनिवार संध्याकाळ फक्त माझ्यासाठी. तिथे मात्र मी तडजोड करणार नाही हं!"

"खूप बरं वाटलं गं! तुला मला भेटण्याची ही जी ओढ आहे ना ती कायम रहायला हवी. लग्नानंतर ही ओढ, आतुरता कुठे गायब होते हे कळतच नाही."

"आपलं नाही असं होणार."

"असं प्रत्येक प्रेमी म्हणत असतात."

"पण आपल्यात आणि त्यांच्यात फरक आहे. हा फरक आपण निर्माण करायचा."

"तो कसा?"

"आपण दोघांनीही एकमेकांना गृहीत धरायचं नाही."

"म्हणजे?"

"सोप्पं आहे. अमुक एक काम मी करेनच किंवा तुम्ही करालच असं धरायचं नाही. दोघांनीही चर्चेने प्रत्येक जबाबदारी वाटून घ्यायची."

"जमेल?"

"होऽऽ! जमेल ना! आणि दोघांनीही एकमेकांना थोडीशी सुट्टी द्यायची."

"ती कशी?"

"आत्ता जशी आपण घेतो, तशीच. म्हणजे समजा की माझ्या ऑफिसातल्या माझ्या कलिग्ज्‌चा वाढदिवस आहे. या वाढदिवसाची एक छोटीशी पार्टी आहे. म्हणजे मी जाणं भाग आहे. आत्ता मी अगदी बिनधोक जाऊ शकते, कारण माझ्या घरून त्यासाठी कुठलीही हरकत नाहीये; पण लग्नानंतर तुम्ही हरकत घेऊ शकता कारण तुमचं-माझं नातं वेगळं असणार, अधिकाराचं! पण या तऱ्हेचा अधिकार न गाजवता तुम्ही मला जर ही छोटीशी सूट दिली तर आपला आनंद अबाधित राहील. तुम्ही दाखवलेल्या विश्वासाने मी कायमच ऋणी राहील. हे असंच उलटंही होईल. मीही तुमचं हे 'सूट' देण्याचं स्वातंत्र्य अबाधित ठेवू शकेन. ओढ कायम राहील आणि या मिळालेल्या 'सूट'चा गैरवापर होणार नाही."

"तू... तू खरंच खूप शहाणी आहेस, समजूतदार आहेस. मला खूप बरं वाटतंय की माझी पसंत अगदी योग्य आहे."

"किती वाट बघायची तुझ्या फोनची?"

"अहो, आज जरा कामातच आहे."

"मग आत्ता कसा काय फोन केलास?"

"एवढं रागावताय कशाला? अगदी मधे जरा दहा मिनिटं मोकळी मिळाल्येत तर ताबडतोब फोन लावलाय तुम्हाला. आज सकाळपासूनच मीटिंग्ज्‌ चालू आहेत. आणि मी नाही केला फोन; पण तुम्हीही नाहीच केलात ना? फोन केला असतात मला तर तुम्हाला लगेचच ऑपरेटरने सांगितलं असतं ना की मीटिंग चालू आहे. मग एवढा राग नसता आला."

"बरं... बरं... कधी भेटतेस?"

"आज जमेल असं वाटत नाही."

"का? शनिवारी भेटलंच पाहिजे हा आग्रह कुणाचा होता?"

"माझाच! पण आज..."

"मीटिंग्ज्‌ चालू आहेत. हो ना!"

"रागावलात?"

"आता संपूर्ण संध्याकाळ मी एकट्याने कशी घालवायची हे सांगतेस?"

"सॉरी, पण नोकरी तर हवी ना करायला! आजच्या दिवस सूट द्या ना?"

"डँबिस आहेस तू. ठीक ठीक. कर तुझं काम तू. मी मॅनेज करेन, बाय?"

"खरेदी म्हटलं की वैताग असतो."

"असं म्हणू नका. आपल्याच लग्नाच्या खरेदीला आलो आहोत ना?"

"तुझी आणि माझी आई. तीन तास झाले. त्या साड्यांच्या डोंगरात बसल्यात."

"पण मी अगदी पटकन सिलेक्ट केल्या ना साड्या? शालूही बघा कसा अगदी झटकन सिलेक्ट केला दोघांनी मिळून. आता त्यांची त्यांना करू दे मनसोक्त खरेदी."

"पण मला ही ताटकळत बसण्याची शिक्षा का?"

"सगळ्यांचंच असंच होत असणार. नवरा मुलगा ताटकळत रहात असणार."

"हसू नकोस अशी."

"कित्ती छान दिसताय चिडलेले."

"लग्नात तुमच्याकडे अगदी वळून वळून बघत होती एक. ती कोण हो?"

"कोण?"

"जांभळ्या रंगाची साडी नेसलेली... गोरी गोरी."

"तीऽऽ होय. मी माझ्या ऑफिसातली. तिने मला प्रपोज केलं होतं."

"हो! मग तुम्ही का नाकारलंत तिला?"

"छे! तिच्याकडे कधी बायको या नजरेने बघितलंच नाही मी."

"मग काय म्हणून बघितलंत?"

"आज आपली लग्नाची पहिली रात्र या चर्चेत घालवायची आहे का?"

"चुकले."

"पण नको तसं नको. तुझ्या मनात किल्मिष नको. मी तिच्याकडे कधीच कुठल्याही नजरेनं बघितलं नाही. जे काही बघितलं ते तुलाच आणि तुलाच बघेन पुढेही."

"खरंच?"

"हो... शंभर टक्के."

"..."

"ये ना. अशी मिठीत ये."

"बोला ना!"

"तू त्या दिवशी एक गोष्ट मला सांगितलीस. एकमेकांना सूट देण्यासंदर्भात! मला पटली. आज मी तुला एक गोष्ट सांगतो. तू जे सांगितलंस ते भावनिक होतं. आज मी जे सांगणार आहे ते व्यावहारिक आहे. सांगू?"

"हो."

"लग्न ठरवताना मी एक अट घातली होती. मला नोकरी करणारी मुलगीच हवी होती बायको म्हणून."

"हो. मला माहीत आहे."

''आता त्याचं कारण सांगतो.''

''काऽऽही आवश्यकता नाही. मुंबईसारख्या ठिकाणी राहायचं म्हणजे दोघेही कमवते हवेतच.''

''अंहं! फक्त एवढंच कारण नाहीये. म्हणजे हे कारण तर आहेच; पण अजूनही एक जे जास्त महत्त्वाचं कारण आहे.''

''यापेक्षाही महत्त्वाचं काय असू शकतं?''

''जी मुलगी लग्न होईपर्यंत शिकते. काही मतं बनवते, अस्मिता जपते, तिचा ठसा उमटविते तिला अचानक केवळ एका लग्नामुळे हे सर्व सोडून द्यावं लागतं. आणि याउलट जी मुलगी असं काहीच करू शकत नाही तिने हे करायला हवं, तिचं 'स्व' जपायला हवं, निर्माण करायला हवं, तिचा दृष्टिकोन दहा-बारा वेगवेगळ्या विचारसरणीच्या माणसात वावरल्यावर व्यापक होतो. मला म्हणूनच माझी बायको नोकरी करणारी. 'स्व' जपणारी, व्यापक विचारांची हवी, असा अट्टाहास होता.''

''तुमचं हे रूप आज पहिल्यांदाच बघते.''

''अजूनही एक सुचवायचं आहे.''

''सांगा ना?''

''आपण दोघांनीही आपापले पगार जेव्हा होतील म्हणजे एक तारखेला किंवा महिन्याच्या शेवटच्या तारखेला. तेव्हा ते एकत्र करायचे. महिन्याभराच्या खर्चाचा हिशोब मांडायचा – जो सर्वसाधारण ठराविकच असतो – त्या त्या खर्चाची पाकिटं दर महिना तयार करून ठेवायची. अचानक खर्चाची दोन पाकिटं. एक औषध, डॉक्टर वगैरे आणि एक कुणाचा वाढदिवस किंवा तत्सम् समारंभ यासाठी! आणि अजून दोन वेगळी पाकिटं. तुझा पर्सनल खर्च यासाठी एक आणि माझा पर्सनल खर्च यासाठी दुसरं. ठराविक रक्कम दरमहा बँकेत सेव्हिंगसाठी जमा झालीच पाहिजे, हा नियम दोघांनीही पाळायचा. कबूल!''

''हो, सर्व कबूल. पण हे असं का करायचं?''

''नोकरी करणाऱ्या बायकांचा एक स्वभावधर्म असतो. थोडासा वेगळा. 'माझा पैसा' असा त्या स्वभावधर्माला कुठेतरी गर्वाचा वास असतो. एकदा जर का हा वास घरात दरवळायला लागला तर त्या घराचं कल्याण झालंच म्हणून समजावं. हे असं 'कल्याण' टाळण्यासाठी हा एकमेव उपाय आहे. 'तुझा पैसा माझा पैसा' ही रेषच मला पुसून टाकायची आहे. जो काही पैसा आपण दोघे मिळून मिळवतो तो पैसा आपल्या दोघांचाही असायला हवा. आणि यात सूट ठेवली आहे ना. तुझा पर्सनल खर्च तू काय केलास आणि कशासाठी केलास हा प्रश्न मी विचारणार नाही. तसंच तूही मला विचारायचं नाहीस. आपणहून जर एकमेकांना सांगावंसं वाटलं तरच ठीक. त्या खर्चाची योग्य-अयोग्यताही चर्चिली जाणार नाही. संसारात सर्वांत

पहिला खटका या विषयामुळेच उडतो, हे मी माझ्या मित्रांचे संसार बघितल्यावर समजून चुकलो आहे. आपल्यात म्हणूनच या खटक्याचं मूळ रहाताच नये म्हणून हा प्रस्ताव.''

"प्रस्ताव मंजूर, महाराजा. अगदी शिरसावंद्य!''

"हा माझा पगार.''

"हा माझा.''

"पाकिटं?''

"आत्ता आणतो. हं... ही घे?''

"ही अशी?''

"त्याला काय हरकत आहे?''

"अहो, यावर आपल्या घराचा पत्ता आहे.''

"बाईसाहेब... आपण पाकीट फोडून पत्रं वाचून मोकळे झालो आहोत. ही अशी पाकिटं उपयोगी पडतात म्हणून जपून ठेवायची सवय आहे या घराला. आणि म्हणून प्रत्येक पाकीट कात्रीने अगदी कडेला कापलं जातं. वेडवाकडं फाडत नाहीत.''

"किती लहानशी गोष्ट पण किती महत्त्वाची! चला, मी एक स्केच पेन आणते म्हणजे ठळकपणे पाकिटावर नोंद करता येईल. घ्या...''

"आपण आई-बाबांकडे पैसे मागायचे नाहीत. आणि घरखर्चाची जबाबदारी सर्वस्वाने घ्यायची.''

"मान्य...''

"कर सुरुवात. प्रथम दूध बिल.''

"किती होतात हो महिन्याला? कारण कधी दोन लिटर असतं तर कधी दीड लिटर!''

"सरासरी काढू.''

"सर्वसाधारणपणे हजार रुपये.''

"दूध बिल हजार रुपये. टाक या पाकिटात हजार रुपये.''

"पेपर बिल?''

"अडीचशे...''

"लाँड्री?''

"तीनशे ते साडेतीनशे.''

"किराणा सामान?''

"चार ते साडेचार हजार.''

"फुलपुडी.''

"तीनशे."

"भाजी, चिकन, अंडी, ब्रेड, बटर. तत्सम."

"हजार... दोन हजार..."

"काय?"

"हो. लागतीलच तेवढे... कमीच पडतील. तीन हजार टाक. आणि हो कांदे-बटाटे वेगळे हं."

"म्हणजे साडेतीन हजार..."

"हो."

"इथेच दहा हजार झाले जवळजवळ. अजून कामवाली बाई?"

"तिचे आठशे रुपये."

"अरे वा! सर्वच माहिती करून घेतलीस?"

"माझं घर! घरात किती हवं... कसं हवं... काय काय लागतं, हे समजायला नको?"

"बाप रे! म्हणजे जवळजवळ अकरा हजार!"

"हे नुसतेच. अजून लाईट बिल, टेलिफोन बिल, सोसायटी मेंटेनन्स..."

"वीस हजार!"

"हो."

"मग उरतात किती?"

"अजून संपलं नाही. अडीअडचणींना होणारा खर्च वेगळा. शिवाय डॉक्टर, औषधं..."

"पंचवीस हजार! बाप रे! कसा काय हा संसाराचा गाडा आईने एकट्या बाबांच्या पगारात ओढला असेल?"

"काटकसर करून!"

"आता मात्र बास हं! त्यांना आपण सुखात ठेवू. तू आहेस ना माझ्याशी सहमत?"

"अर्थातच!"

"किती उरले आता?"

"निम्मे-निम्मे करू?"

"अर्थातच!"

"मग तुमच्या आणि माझ्या वाटणीला उरतात नऊ-नऊ हजार."

"वा! पुष्कळ झाले."

"मी पाच हजारांचं रिकरींग अकाऊंट सुरू करते."

"मी भिशीत गुंतवतो."

"सांभाळून हं! फसवणारे खूप सारे असतात."

"मी काळजी घेईन. आणि दोन हजार या पाकिटांत. तुझेही ठेव! हे कॉमन! जर आपापले संपले तरच हात लावायचा आणि अत्यावश्यक असेल तरच!"

"मान्य."

"आता यातली महत्त्वाची पाकिटं..."

"मी आईंना देऊन येते."

"आपला प्रयोग यशस्वी झाला!"

"हो... हो... केवढी आनंदीत झालीयेस!"

"का नाही होणार? मी खरंच खूप आनंदात आहे. पण..."

"पण काय?"

"आई-बाबांनी आपली एक गोष्ट ऐकली नाहीये."

"हो, मला माहीत आहे. त्यांनी टेलिफोनचं बिल स्वतःनीच भरलंय."

"आणि सोसायटीचेही त्यांनीच दिलेत."

"बाबा सांगत होते. तुम्ही स्वतःचा एक फ्लॅट बुक करा."

"हो, पण मला वाटतं त्यांचं बरोबर आहे."

"मी वेगळी रहाणार नाही."

"कोण सांगतंय तुला वेगळं रहायला?"

"मग?"

"इन्व्हेस्टमेंट! निव्वळ!"

"पण..."

"आपण ऐकू या त्यांचं. मीही वेगळा होणार नाहीये कधीच. जशी तुझी इच्छा आहे तशीच माझीही! पण त्यांचा दूरदृष्टिकोन लक्षात घे."

"अहो पण... त्यासाठी काहीतरी हवेत ना पैसे आपल्याकडे? निदान दीड-दोन लाख?"

"आज जायचं नाहीये फ्लॅट बुक करायला! पण करू लवकरच."

"तुमच्या स्वतःच्या मेहनतीचं घर!"

"आपल्या म्हण. आणि आता नुसती कल्पनेतच रमणार आहेस का? ये जरा मिठीत... ये ना."

"या महिन्यात भाज्या आणि दूध यांचं बजेट वाढवा."

"का बरं?"

"मालूमावशी येणार आहेत काही दिवस मुक्कामाला. आजच त्यांचा फोन आला होता, असं आई सांगत होत्या."

"ठीक आहे, दोघी बहिणी बऱ्याच कालांतरानं भेटणार म्हणजे!"

"प्लॅनिंग साफ गडबडलं. ठेवणीतले संपणार बहुतेक!"
"संपू देत. तू काळजी करू नकोस. मला ॲरियर्स मिळणार आहेत."
"आई-नाना बंगलोर-उटीला जाणार आहेत."
"अरे वा! कधी?"
"पुढच्या आठवड्यात. मला-तुम्हाला भेटायला बोलावलं आहे."
"जाऊ ना."
"केव्हा?"
"शनिवारी!"
"चालेल."

"कशाला एवढा उशीर केलास? आता झक मारत टॅक्सी करावी लागणार. तुम्हा बायकांना माहेरी गेल्यावर काय होतं कुणास ठाऊक! जगंच विसरून जाता."
"किती महिन्यांनी भेटले तर..."
"किती महिने? गेल्याच महिन्यात तर भेटून आलीस... चांगली चार दिवस राहूनही आलीस. म्हणे किती महिने..."
"तेव्हा आईला बरं नव्हतं म्हणून राहिले होते ना! ती काय भेट म्हणायची. आज कसे दोघे हसत होते, आनंदात होते. ही खरी भेट."
"ही भेट जरा आवरती घेतली असतीस तर शेवटची ट्रेन मिळाली असती."
"काय रे सारखं बजेट... बजेट! एक दिवस जरा वेगळा खर्च करायला लागला तर किती वेळा ऐकवणार आहेस?"
"परवा रात्री तुला विनवत होतो. 'ए' म्हण 'ए' म्हण पण नाही... आणि आता एकदम अरे तुरे? बाप रे?"
"चुकले सॉरी."
"असू दे. चल मस्त हिंडू. झकास मोकळा रस्ता. गार वारं. टॅक्सीत तू नी मी! घरातली प्रायव्हसी जरा कमी झालीये मालूमावशी आल्यापासून... चल...!"

"अगंऽऽ जरा इकडे ये."
"आले हं..."
"लगेच ये."
"हो हो... काय झालं एवढं?"
"तू या पाकिटातले पैसे घेतलेस?"

"हो."

"कशासाठी?"

"हे 'गरज पडली तरचं' पाकीट आहे ना?"

"दिसतंय ना?"

"तेच सांगत्ये. 'गरज पडली' म्हणून घेतले."

"हजार कमी आहेत."

"माहितीये."

"एवढी काय गरज पडली?"

"आई-नानांना दिले. ते उटीला नाही का गेले?"

"म्हणून तू पैसे दिलेस?"

"असं काय करतोस! कोण देणार नाही तर त्यांना?"

"का? तुमचे बंधू काय करतात? त्यांनी का नाही दिले?"

"दिले असतील त्याने. मी नाही ते विचारलं. कधी नव्हे ते दोघं फिरायला बाहेर पडले. आत्तापर्यंत घराची, आमची उस्तवारीच तर करत होते. आत्ताशी कुठे जरा मोकळीक मिळालीये त्यांना. मला आनंद वाटला त्यांना पैसे देताना. खरं सांगू? मला माझं लहानपण आठवलं. कॉलेजच्या ट्रीपला जाताना ते माझ्या हातावर पन्नास-शंभर रुपये जसे जमतील तसे, तेवढे पैसे ठेवायचे. म्हणायचे, 'मजा करून ये.' तसंच काहीसं मला वाटलं आणि मी ते पैसे आईच्या हातात ठेवले. तिला म्हणाले, 'मजा करून या दोघं.' कित्ती छान वाटलं सांगू?"

"मान्य आहे, पण..."

"असू देत. तुला रागवायचं असेल तर तू रागव. मी पुढच्या महिन्यात भरपाई करेन. मग तर झालं."

"अजून रागवलेली आहेस?"

"मी? कशाला?"

"आठवडा उलटला तू अजूनही धड बोलत नाहीयेस माझ्याशी."

"बोलत्ये की!"

"चुकलो, बास!"

"राहू दे रे."

"मालूमावशी जातायेत दोन दिवसांनी."

"नाही म्हणता म्हणता बरीच राहिली. चांगली महिनाभर."

"त्यांना साडी आणा."

“ती आणि कशाला?”
“प्रथा आहे तशी. तुम्ही आणणार की मी आणायची आहे?”
“तूच आण.”
“ठीक.”

“तुझे आई-बाबा कमालच करतात. एवढं कशाला आणायचं बंगलोरहून?”
“ते तसेच आहेत. त्यांना सर्वच गोष्टींची हौस आहे.”
“चॉईस मात्र झकास आहे.”
“आवडला तुम्हाला कुर्ता-पायजमा?”
“अगं, रेशमी आहे. फाईन सिल्क! आवडणार नाही?”
“खरंच?”
“हो गं, आणि तुझी साडीही झकास आहे.”
“मलाही आवडली.”
“लगेचच त्या साडीचं बाळंतपण करून टाक.”
“म्हणजे?”
“अगं, मॅचिंग परकर, ब्लाऊज...”
“नको. एवढ्यात नको. सर्व पाकिटं रिकामी झालीयेत.”
“माझ्याकडे आहेत शिल्लक.”
“नको रे.”
“आपल्या दोघांच्या सहजीवनाची सुरुवात माझ्या मागणीमुळे बंद पाकिटांद्वारे सुरू झाली. ही पाकिटं मी कायमची फाडून फेकून देणार आहे. निदान सुरुवात तरी मोकळ्या, खुल्या रीतीने मी होऊन द्यायला हवी होती. तुझ्यावर चिडलो. फक्त एक हजारासाठी? छे! तू मोठ्या मनाने आणि सुरेख विचारांनी ते पैसे तुझ्या आई-नानांना दिलेस आणि त्यांनी भरभरून परतफेड केली. तुला-मला भेट आणून ते थांबले नाहीत तर माझ्याही आई-वडिलांना ते भेटवस्तू घेऊन आले.”
“ते तर तसंही त्यांनी आणलंच असतं. मी पैसे दिले नसते तरीही.”
“मी हिशोब-पैसा करत बसलो.”
“विसर ना ते सर्व. मी तर कधीचीच विसरले. आणि तुझा निर्णय जो होता तो-ही बरोबरच होता, आहे. पाकिटं फाडायची नाहीत. आपण नव्याने सुरुवात केली पाहिजे.”

“तुझा मूळ स्वभाव काही बदलायचा नाही.”
“काय झालं? काय केलं मी?”

"तुला बदलायचं नव्हतं तर पुन्हा पाकीट प्रपंच का सुरू केलास?"

"हे बघ, तू विनाकारण चिडतो आहेस."

"तुला तसं वाटणारच. पैसा उधळण्याची खोड तुला आहे. मी मात्र सर्व सांभाळून वागायचं. बचत करायची."

"उधळ ना मग तूही."

"आणि वाजवून घेतो बोऱ्या. तुझ्यासारखा असतो तर एव्हाना..."

"एव्हाना काय रे?"

"जाऊ दे. उगीचच तोंड उघडू नकोस माझं."

"ते तर उघडलेलं आहेच. फक्त संपूर्ण उघडून टाक."

"मी जातोच कसा."

"जा."

"संशय येतोय आई-बाबांना, आपल्यात काही तरी बिनसलंय असा."

"खरंच तर आहे ते."

"हे बघा, जे काही समज-गैरसमज आहेत दोघांत ते या चार भिंतीतच राहिले पाहिजेत. बेडरूमचं दार उघडलं की सर्व ठीकठाकच वाटलं पाहिजे."

"मला जमणार नाही."

"जमवावं लागेल. त्या दोघांना त्रास देण्याचा आपल्याला अधिकार नाही."

"मग सुधर ना तू."

"पण मी वेडंवाकडं काही केलेलंच नाहीये."

"तू कधी चूक मान्य करशील? शक्यच नाही."

"मला बिनबुडाचे आरोप सहन होत नाहीत. त्या चार पैशांच्या खर्चावरून बोल बोल बोलताय. कुठे खर्च झाले, का झाले? हे विचारलंत?"

"विचारायचं कारणच काय? खर्च केलास ना? बास. झालं तर. आता ती पाकिटांची नाटकं बंद कर."

"करतेच."

"हां. हेच तर तुला हवं होतं!"

"बास, खूप झालं."

"तुम्ही इथे?"

"आई-नाना कुठे आहेत?"

"बाहेर गेलेत."

"पाणी मिळेल?"

“बसा.”

“माहेरपण चांगलंच मानवलेलं दिसतंय.”

“जिथे विश्वास आहे; समजून घेतलं जातं आणि आरोप होत नाहीत, मोकळं वातावरण मिळतं. तिथे सर्व मानवतं.”

“सासरी तुरुंगात होतीस की काय?”

“जवळजवळ तसंच.”

“मग? विचार काय आहे?”

“काहीच नाही.”

“तुला स्पष्टच विचारतो, घरी येणार आहेस की नाहीस?”

“वा! काय पण विचारायची पद्धत!”

“स्पष्टच बरं. उगीचच आशा नको.”

“म्हणजे?”

“मला जबरदस्ती आवडत नाही. इच्छेने यावं, जबरदस्तीने नाही.”

“मी नाही आले, तर चालणार आहे?”

“ते तुझ्या मनावर आहे.”

“हं... माझं मन! कधी विचार केलात माझ्या मनाचा?”

“तू केलास ना माझ्या मनाचा?”

“हो. खरंच केला.”

“कसा ते सांगशील?”

“हो. सांगू शकते ना. मी कुठलीही ‘सूट’ घेतली नाही.”

“मी घेतली?”

“हो.”

“केव्हा?”

“यादी आहे, वाचू?”

“वाच ना...”

“लग्नाला झाले साडेअकरा महिने. त्यामधे शनिवार-रविवार आले नव्वद. त्यापैकी एकवीस शनिवार ऑफिस होतं. म्हणजे सुट्टीचे दिवस मिळाले एकोणसत्तर. त्यामधे पहिले फक्त सोळा शनिवार-रविवार आपण दोघं फिरायला गेलो. चोवीस शनिवार-रविवार घरातल्या कामांमधे गेले. आणि सहा शनिवार-रविवार मी आई-नानांकडे राहिले. उरलेले तेवीस शनिवार-रविवार तुम्ही कुठे होतात?”

“बाप रे! हा हिशोब?”

“का? हिशोब फक्त पैशांचाच मांडायचा असतो?’’’

“पण...”

"मी जाब विचारत नाहीये. माझंही काही चुकलं असेल. मी संपूर्णपणे बरोबरच आहे, असा माझा अजिबात दावा नाही. पण ही आपल्या आयुष्याची सुरुवात आहे. नुसताच हिशोब मांडण्यात काळ कंठावा, असं मला वाटत नाही. ज्या हिशोबात दोघांनाही आनंद वाटेल, जो हिशोब दोघांकरताही 'टॅली' होईल, अशा हिशोबाची गंमत आहे. एकीकडे 'जमा' आणि दुसरीकडे 'वजा' असं नको."

"तू गेलीस ना ऑफिसच्या ट्रीपला? मी चिडलो?"

"नाही."

"काही दिवसांपूर्वी मोठ्ठी मेकअप् किट आणलीस, मी रागावलो?"

"नाही."

"त्या किट्ची गरज होती?"

"नाही."

"मला न विचारता नवीन सोफासेट ऑर्डर केलास?"

"हो, पण आई-बाबांशी बोलले होते. तुम्हाला सरप्राईज द्यायचं होतं."

"चव्वेचाळीस हजारांचं सरप्राईज!"

"मला लग्नाअगोदरचे रिकरिंगचे पैसे मिळाले म्हणून..."

"दोन महिन्यांपूर्वी आपण गोरेगावला ब्लॉक बघून आलो. तुला तो आवडला होता. मलाही. पण प्राथमिक एक लाख भरायला लागणार होते. तेवढी रक्कम तेव्हा नव्हती म्हणून आपण बुकिंग केलं नाही. हे चव्वेचाळीस हजार आणि काही माझ्याकडचे मिळून लाख सहजी उभारता आले असते."

"हो."

"मी चिडलो हे चुकलं का?"

"नाही."

"तुला हे नक्की पटलंय ना?"

"हो."

"मग आता सर्व विसरायचं?"

"मी... मी जे काही केलं ते आपल्या घरासाठी. घर छान दिसावं म्हणून. आई-बाबा दिवसभर घरात असतात. त्यांना घरातला हा बदल नजरेला सुखावह वाटावा आणि जरा त्यातल्या त्यात नावीन्य मिळावं म्हणून. आपण दोघंही दिवसभर वेगळ्या वातावरणात असतो. त्यांना मात्र घर... आणि घरंच. घराची रचना या सोफ्यामुळे बदलली आणि नावीन्य वाटलं. मला त्यांचा आनंद महत्त्वाचा वाटला."

"घरी चल."

"वर्षसण एवढ्या झोकात साजरा करण्याचं काही अडलं होतं का?"

''छान झाला ना कार्यक्रम?''

''हो.''

''मधलं सगळं पुसून गेलं. बाकी तुझा चॉईस झकासच. प्रत्येकजण सोफ्याचं कौतुक करत होतं.''

''पुरे हं...''

''अगं... खरंच.''

''हो, खरंच. फक्त तू सोडून.''

''आज मी खूप आनंदात आहे.''

''मीही. आपण सर्वच.''

''व्ह्यू किती छान आहे नाही? अगदी मोकळं वाटतं नाही गॅलरीतून!''

''हवा आणि उजेड भरपूर.''

''मुंबईत असा फ्लॅट मिळेल असं वाटलं नव्हतं.''

''अगं, आजकाल टॉवरच टॉवर होताहेत. त्यामुळे उपलब्धता आणि चॉईस दोन्ही गोष्टी सहज झाल्या आहेत.''

''जरा महाग आहे ना पण?''

''पण सर्व सुखसोयींनी समृद्ध आहे.''

''वाटलं नव्हतं ना की इतक्या सहजतेने आपण घर घेऊ?''

''कर्ज देणाऱ्या बँका कमी का आहेत?''

''आता मात्र संपूर्णपणे काटकसर करायची. हप्ते जेवढे लवकर भरू तेवढं चांगलंच. नो शॉपिंग, नो हॉटेलिंग, नो पिकनिक आणि नो नाटक, सिनेमा.''

''डन्.''

''लग्न होऊन जेमतेम दोन वर्षं होतील आणि एवढ्यातच आपलं आपलं नवं घरं... कसं वाटतं नाही?''

''तुझी साथ आहे तर सगळं सहज शक्य होतंय.''

''मी खरंच खूप खूप आनंदात आहे.''

''हप्ते व्यवस्थित फेडले जात आहेत. मी बँकेचं स्टेटमेंट घेऊन आले. हे बघा. पाच हप्ते भरले गेले. तुमच्या अकाऊंटचं स्टेटमेंट?''

''आणतो ना उद्या. वेळच झाला नाही बँकेत जायला.''

''आपण एकदा जाऊया साईटवर? तो सॅंपल फ्लॅट बघितल्यापासून तर अक्षरश: ओढ लागलीये. पुढे किती काम झालंय, काम कसं दिसतंय? जाऊया शनिवारी?''

''बघतो, ओव्हर टाईम नसेल तर जाऊ या.''

"आठ-दहा महिने झाले. पझेशन मिळायला हवं आता."

"हो."

"नुसतं हो काय म्हणताय? चौकशी करून येऊया."

"घाई कसली आहे?"

"आहे तर."

"कसली?"

"तुम्हाला नाही कळायचं. पण मला हवं ते घर लवकरात लवकर. उद्या जाऊच या."

"मला जमणार नाही."

"मग मी येते जाऊन."

"काय चाललंय हे लहान मुलासारखं? इथे तुला काय कमी आहे?"

"काही कमी नाहीये. पण एक उत्सुकता, उत्साह, आनंद असतोच ना."

"ठीक, जाऊ उद्या-परवाकडे. झोप आता शांतपणे."

"पुढल्या आठवड्यात पझेशन मिळतंय."

"तुला कसं कळलं?"

"मी जाऊन आले."

"एकटीच?"

"नाही. बाबा होते ना बरोबर."

"तू त्यांना त्रास दिलास?"

"नाही हो. तेच म्हणाले. 'आपण घर बघून येऊ.' आणि त्याच वेळेला नेमका बिल्डर होता आपला साईटवर."

"कोण? मेहता?"

"हो."

"काय म्हणाला?"

"बेन, आपका घर तैयार है। कभी भी आ जाओ।"

"मग?"

"बाबा खूष झाले. त्याने लॅचची चावी बाबांना दिली. आम्ही घर बघितलं. कोरा करकरीत वास! वा! तूही असायला हवं होतंस रे!"

"मला बोलायचं आहे तुमच्याशी."

"बोल."

“फोनवर नाही. आज आपण भेटायचं ते अगदी सुरुवातीला भेटलो होतो ना पहिल्यांदा, तिथे.”

“काय मूड आहे आज राणीसरकारांचा?”

“आहे. भेटाल ना? मी पोहोचते सहा वाजता.”

“ठीक.”

“आज इथे बोलावलंस? घरी भेटणारच होतो.”

“ते तर रोजचंच आहे. पण आज मला तुम्हाला काही आठवून द्यावंसं वाटलं म्हणून ही जागा निवडली. आणि घरात नीट बोलता येत नाहीच. बेडरूमचं दार जरी बंद केलं तरी दृश्य दिसणार नाही, पण आवाज पोहोचतातच बाहेर.”

“काय म्हणायचं आहे तुला?”

“हे तुमच्या बँकेकडून आलेलं पत्रं.”

“काय आहे त्यात?”

“तुम्हाला माहीत नाही? ठीक आहे. मी सांगते. नवीन घरासाठी आपण बँकेकडून कर्ज घेतलं. जसं मी माझ्या बँकेतून, तसंच तुम्ही... गेल्या चार महिन्यांचे हप्ते तुम्ही भरले नाहीयेत. हे खरं आहे का?”

“अं... हो.”

“का?”

“मी तुला सांगणारच होतो.”

“केव्हा? हे रिमाइंडर लेटर आल्यावर?”

“नाही... पण...”

“कुठे गेले पैसे?”

“ऑफिसातल्या मित्राला दिले. त्याची निकड होती म्हणून. तो लगेचच परतही करणार होता; पण त्याला जमलं नाही.”

“तुम्हाला हे मला अगोदर सांगावंसं वाटलं नाही? बँकेकडून या तऱ्हेचं पत्रं येणं ही गोष्ट लाजिरवाणी नाही!”

“आहे ना. पण... चुकलंच माझं.”

“आता?”

“तू नको काळजी करूस. मी मॅनेज करेन.”

“कुठून?”

“कुठूनही.”

“तुम्ही पुन्हा कुठूनतरी कर्ज घेणार आणि हे कर्ज फेडणार? वा! मी तुम्हाला इथे भेटायला बोलावलं हे त्याचसाठी. आठवतात का त्या वेळचे शब्द! तो विश्वास! एकमेकांना देणार होतो ती सूट? आणि नंतर तुम्ही लग्नाच्या पहिल्या

रात्री आणलेली पाकिटं! मी तर उधळी आहेस, हा किताब तुम्हीच दिला मला. पण तुम्ही? मी स्वप्न रंगवते, नव्या वास्तूचे आणि...''

''पझेशन घेऊ शकतो आपण.''

''हे असं? थकबाकी ठेवून? वास्तू लाभेल आपल्याला? काय फायदा झाला त्या हिशोबांचा? त्या पाकिटांचा? तुम्ही परोपकार करत रहा आणि मला ठेवा अंधारात.''

''असा, काय मोठा अत्याचार केलाय तुझ्यावर? लग्न झाल्या झाल्या पहिल्या दोन वर्षांत नवं घर घेतलं ते कुणाच्या हिंमतीवर?''

''एकट्या तुमच्या? मी नाही कमवत? मी काहीच सहकार्य केलं नाही? माझा पैसा नाही घातला या घरात?''

''तुझा पैसा... तुझा पैसा ठेव तुझ्याजवळच. सर्व हप्ते भरेन मी एकटा.''

''हो का? मग कशाला विभागणी केलीस? घरही चालवा ना एकट्याने द्या ती पाकिटं फाडून. ती जुनी वापरलेली, काळजीपूर्वक कात्रीने कापलेली, पुन्हा उपयोगी पडणारी! नको फाडू नका. वापरा आणखी दुसऱ्या कुठल्यातरी कारणासाठी.''

''हे बघ... हे अती होतंय.''

''अती झालेलंच आहे.''

''वास्तूशांत मस्त झाली.''

''हो.''

''मी तुझे मनापासून आभार मानतो. तू सर्व काही सांभाळून घेतलंस.''

''त्याची काही आवश्यकता नाही. या वास्तूत रहायला येण्याचा अट्टाहास माझा होता. आई-बाबांना स्वतंत्र बेडरूम मिळाली, आपल्यालाही. रिकरिंगचे पैसे उपयोगी पडले.''

''मी तुला दुखावलं.''

''ते आता सर्व जुन्या घरात राहिलं. या नव्या वास्तूत ते जुनं काही नको. आता खरी नव्याने सुरुवात. ही घे पाकिटं.''

''कुणी दिली? काय सुरेख आहेत. सुंगधीही. गिफ्ट करणाऱ्यांची नावं नाहीयेत पाकिटांवर!''

''नवी कोरी पाकिटं आहेत. आपल्या हिशोबांची.''

''नको, या पाकिटांवरून खूप वाद झाले. आता पुन्हा नको. तूच म्हणालीस ना. जुनं ते जुन्या घरी? इथे नव्याने सुरुवात करायची म्हणून?''

''म्हणून तर जुनी, वापरलेली पाकिटं नाही आणली. नवी, सुरेख नक्षीदार पाकिटं सुगंधीत करून आणली. हा माझा पगार...''

"थांब हं माझाही आणतो... हं. हा माझा."
"दूध बिल?"
"दीड हजार. भाव वाढलेत दुधाचे."
"भर त्यात... भाज्या?"
"हजार..."
"वाणी सामान..."
"घरभाडं?"
"नव्हे मेंटेनन्स..."
"पेपरबिल..."
"अरे, एक पाकिट उरलं. जास्तीचं आणलं होतंस."
"नाही रे. बरोबर आहे."
"कसं?"
"हे पाकीट. अं... आपल्या बाळाचं."
"काय?"
"घे."
"ओ होऽऽ! अगं, सर्व पैसे याच पाकिटात भर... यातच..."

■